ਮੇਰੀਆਂ ਝਾਂਜਰਾਂ ਦੀ ਛਣਛਣ

ਦਵਿੰਦਰ ਬਾਂਸਲ

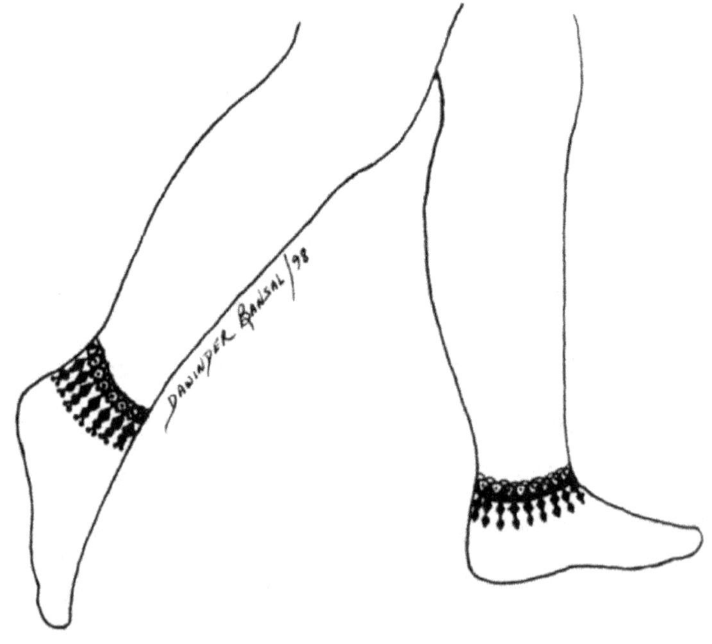

DANINDER BANSAL/98

ਮੇਰੀਆਂ ਝਾਂਜਰਾਂ ਦੀ ਛਨਛਨ

ਦਵਿੰਦਰ ਬਾਂਸਲ

ਸੰਪਾਦਕ: ਸੁਖਿੰਦਰ

Merian Jhanjaran Dee Chanchan
(The tinkling Of My Anklets)
(A Collection of Drawings, Poems & Pages from My Dairy)
Dawinder Bansal

© **Dawinder Bansal**
10 Wishaw Road
SCARBOROUGH
Ontario Canada M1C 4Z6
Tel. 001 (416) 282-0282, (416) 804 5320

Editor :
Sukhinder

First Edition:1998
Second Edition: 2021
©
Author

ISBN   : 978-93-91774-50-9

Cover Design: **Swarnjit Savi**

Printed by   :
Published by   : SHABDLOK PUBLICATIONS
                      Ludhiana Punjab India
                      Shabdlok.com
                      shabdlokpublications@gmail.com

All rights reserved

This book is sold subject to the condition that it shall not, by way of trade or otherwise, be lent, resold, hired out, or otherwise circulated without the publisher's prior written consent in any form of binding or cover other than that in which it is published and without a similar condition including this condition being imposed on the subsequent purchaser and without limiting the rights under copyright reserved above, no part of this publication maybe reproduced, stored in or introduced into a retrieval system, or transmitted in any form or by any means (electronic, mechanical, photocopying, recording or otherwise), without the prior written permission of both the copyright owner and the above-mentioned publisher of this book.

ਸਮਰਪਤ

ਪੰਜਾਬੀ ਸਾਹਿਤ ਨੂੰ ਔਰਤ ਵਿਚਾਰਧਾਰਾ ਨਾਲ
ਜੋੜਨ ਲਈ
ਅਣਥੱਕ
ਮਿਹਨਤ ਕਰਨ ਵਾਲੀਆਂ ਲੇਖਿਕਾਵਾਂ
ਅੰਮ੍ਰਿਤਾ ਪ੍ਰੀਤਮ, ਅਜੀਤ ਕੌਰ, ਅਤੇ
ਡਾ. ਦਲੀਪ ਕੌਰ ਟਿਵਾਣਾ ਦੇ ਨਾਮ
ਉਨ੍ਹਾਂ ਜਾਂ-ਬਾਜ਼ ਔਰਤਾਂ ਅਤੇ ਮਰਦਾਂ ਦੇ ਨਾਮ
ਜੋ ਜ਼ਿੰਦਗੀ ਨੂੰ ਹੋਰ ਖ਼ੂਬਸੂਰਤ
ਜਿਊਣ ਜੋਗੀ ਬਨਾਉਣ ਵਿੱਚ
ਔਰਤ ਅਤੇ ਮਰਦ ਦੀ ਬਰਾਬਰੀ ਲਈ
ਨਿਰੰਤਰ ਸੰਘਰਸ਼ ਕਰ ਰਹੇ ਹਨ

ਮੇਰੀ ਮਾਂ ਜਿਸਨੇ ਹਜ਼ਾਰਾਂ ਮੁਸੀਬਤਾਂ ਸਹਿੰਦਿਆਂ ਵੀ
ਕਦੀ ਹਿੰਮਤ ਨਹੀਂ ਹਾਰੀ

ਮੇਰੀਆਂ ਭੈਣਾਂ
ਰੇਸ਼ਮ, ਦਰਸ਼ਨ, ਅੰਮ੍ਰਿਤ ਅਤੇ ਪਰਮਿੰਦਰ ਦੇ ਨਾਮ
ਜਿਨ੍ਹਾਂ ਨਾਲ ਮੇਰੀ ਜ਼ਿੰਦਗੀ ਦੇ
ਅਣਗਿਣਤ ਪਲ
ਕਦੇ ਖੱਟੇ ਅਤੇ ਕਦੇ ਮਿਠੇ
ਹੋ ਨਿਬੜਦੇ ਰਹਿੰਦੇ ਹਨ

ਤਤਕਰਾ

ਦਵਿੰਦਰ ਬਾਂਸਲ ਅਤੇ ਉਸਦੀ ਸ਼ਾਇਰੀ

ਦਵਿੰਦਰ ਬਾਂਸਲ ਨਾਲ ਮੇਰੀ ਮੁਲਾਕਾਤ ਅਚਾਨਕ ਛੇ ਕੁ ਵਰ੍ਹੇ ਪਹਿਲਾਂ ਹੋਈ।

ਟੋਰਾਂਟੋ ਤੋਂ ਛਪਦੇ ਔਰਤਾਂ ਦੇ ਇੱਕ ਮੈਗਜ਼ੀਨ 'ਦੀਵਾ' ਦੀ ਸੰਪਾਦਕ, ਉਸ ਦੀ ਇੱਕ ਸਹੇਲੀ, ਫਾਜ਼ੀਆ ਰਾਫ਼ੀਕ ਨੇ ਉਸਨੂੰ ਕਿਹਾ ਕਿ ਕੈਨੇਡਾ ਵਿੱਚ ਜਿਹੜੀਆਂ ਸਾਡੀਆਂ ਔਰਤਾਂ ਅੰਗਰੇਜ਼ੀ ਪੜ੍ਹ, ਲਿਖ ਜਾਂ ਬੋਲ ਨਹੀਂ ਸਕਦੀਆਂ ਉਨ੍ਹਾਂ ਨੂੰ ਔਰਤਾਂ ਦੀਆਂ ਸਮੱਸਿਆਵਾਂ ਬਾਰੇ ਜਾਗਰਤ ਕਰਨ ਲਈ ਕਿਸੇ ਪਾਸੇ ਵੀ ਕੋਈ ਵਧੇਰੇ ਚੰਗਾ ਕੰਮ ਨਹੀਂ ਹੋ ਰਿਹਾ, ਮੀਡੀਆ ਵੀ ਵਧੇਰੇ ਕਰਕੇ ਮਰਦਾਂ ਦੇ ਕਬਜ਼ੇ ਹੇਠ ਹੀ ਹੋਣ ਕਰਕੇ ਉਹ ਉਹੀ ਗੱਲਾਂ ਲਿਖ ਰਹੇ ਹਨ ਜੋ ਉਨ੍ਹਾਂ ਨੂੰ ਚੰਗੀਆਂ ਲੱਗਦੀਆਂ ਹਨ। ਤੈਨੂੰ ਇਸ ਪਾਸੇ ਵੱਲ ਕੰਮ ਕਰਨਾ

ਚਾਹੀਦਾ ਹੈ ਅਤੇ ਪੰਜਾਬੀ ਔਰਤਾਂ ਦੀਆਂ ਸਮੱਸਿਆਵਾਂ ਬਾਰੇ ਪੰਜਾਬੀ ਵਿੱਚ ਲਿਖਣਾ ਸ਼ੁਰੂ ਕਰਨਾ ਚਾਹੀਦਾ ਹੈ। ਇਸ ਸੰਬੰਧ ਵਿੱਚ ਤੂੰ 'ਸੰਵਾਦ' ਦੇ ਸੰਪਾਦਕ ਸੁਖਿੰਦਰ ਨੂੰ ਮਿਲ; ਉਹ ਤੇਰੀ ਮੱਦਦ ਕਰ ਸਕਦਾ ਹੈ।

ਇਸ ਤੋਂ ਪਹਿਲਾਂ ਦਵਿੰਦਰ ਪੰਜਾਬੀ ਰੇਡੀਓ ਪ੍ਰੋਗਰਾਮਾਂ ਵਿੱਚ ਗਾਹੇ ਬਗਾਹੇ ਔਰਤਾਂ ਦੇ ਮਸਲਿਆਂ ਬਾਰੇ ਗੱਲਬਾਦ ਕਰਦੀ ਸੀ ਜਾਂ ਔਰਤਾਂ ਦੀਆਂ ਜੱਥੇਬੰਦੀਆਂ ਵਿੱਚ ਔਰਤਾਂ ਦੀਆਂ ਸਮੱਸਿਆਵਾਂ ਦੇ ਹੱਲ ਲੱਭਣ ਦੇ ਹੋ ਰਹੇ ਯਤਨਾਂ ਵਿੱਚ ਹਿੱਸਾ ਲੈਂਦੀ ਸੀ। ਉਸ ਨੂੰ ਜਾਪਦਾ ਰਹਿੰਦਾ ਜਿਵੇਂ ਉਸ ਦੇ ਅੰਦਰ ਕੁਝ ਸੁਲਘਦਾ ਰਹਿੰਦਾ ਹੋਵੇ, ਜੋ ਉਸਨੂੰ ਹਰ ਪਲ ਬੇਚੈਨ ਕਰਦਾ ਰਹਿੰਦਾ। ਉਹ ਆਪਣੇ ਇਨ੍ਹਾਂ ਬੇਚੈਨ ਪਲਾਂ ਨੂੰ ਕਾਗ਼ਜ਼ ਉਤੇ ਉਤਾਰਨਾ ਚਾਹੁੰਦੀ।

ਆਪਣੀ ਪਹਿਲੀ ਮੁਲਾਕਾਤ ਵਿੱਚ ਹੀ ਦਵਿੰਦਰ ਨੇ ਮੇਰੇ ਮੇਜ਼ ਉਤੇ ਆਪਣੀਆਂ ਕੁਝ ਨਜ਼ਮਾਂ ਅਤੇ ਨਿਬੰਧ ਆਣ ਰੱਖੇ। ਮੈਂ ਆਪਣੇ ਸੁਭਾਅ ਮੁਤਾਬਕ ਉਸਦੀਆਂ ਲਿਖਤਾਂ ਪੜ੍ਹੀਆਂ ਅਤੇ ਲਾਲ ਪੈਨ ਨਾਲ ਗਲਤੀਆਂ ਕੱਢ ਕੱਢ ਕੇ ਲਾਲੋ ਲਾਲ ਕਰ ਦਿੱਤੀਆਂ, ਬਿਨਾਂ ਇਹ ਸੋਚਿਆਂ ਕਿ ਪੰਜਾਬੀ ਸ਼ਾਇਰੀ ਲਈ ਮਨ ਵਿੱਚ ਏਨਾ ਉਤਸ਼ਾਹ ਲੈ ਕੇ ਆਈ, ਇੱਕ ਸੂਖਮ ਸੁਭਾਅ ਵਾਲੀ, ਔਰਤ ਦੇ ਮਨ ਉਤੇ ਇਹ ਦੇਖ ਕੇ ਕੀ ਗੁਜ਼ਰੇਗੀ। ਨਤੀਜਾ ਉਹੀ ਹੋਇਆ ਜੋ ਹੋਣਾ ਸੀ। ਦਵਿੰਦਰ ਨੇ ਮੇਰੇ ਵੱਲੋਂ ਲਾਲ ਕੀਤੇ ਹੋਏ ਕਾਗਜ਼ ਘਰ ਜਾ ਕੇ ਖੱਲਾਂ ਖੂੰਜਿਆਂ ਵਿੱਚ ਸੁੱਟ ਦਿੱਤੇ ਅਤੇ ਪੰਜਾਬੀ ਸ਼ਾਇਰੀ ਦੇ ਖੇਤਰ ਵਿੱਚ ਪਰਵੇਸ਼ ਕਰਨ ਦੇ ਖਿਆਲ ਨੂੰ ਵੀ ਤਿਲਾਂਜਲੀ ਦੇ ਦਿੱਤੀ। ਉਸਦੇ ਮਨ ਵਿੱਚ ਇਹ ਧਾਰਨਾ ਬੈਠ ਗਈ ਕਿ ਪੰਜਾਬੀ ਸ਼ਾਇਰੀ ਉਸ ਦੇ ਵੱਸ ਦਾ ਕੰਮ ਨਹੀਂ ਅਤੇ ਉਸਨੇ ਅੰਗਰੇਜ਼ੀ ਵਿੱਚ ਲਿਖਣਾ ਸ਼ੁਰੂ ਕਰ ਦਿੱਤਾ। ਮੈਨੂੰ ਵੀ ਇਸ ਗੱਲ ਦਾ ਸ਼ਾਇਦ ਕਦੀ ਪਤਾ ਨਾ ਲੱਗਦਾ ਜੇਕਰ ਕੁਝ ਵਰ੍ਹਿਆਂ ਬਾਅਦ ਉਹ ਮੈਨੂੰ ਗੁੱਸੇ ਨਾਲ ਨਾ ਕਹਿੰਦੀ ਕਿ ਮੈਂ ਉਸਦੇ ਅੰਦਰ ਪੈਦਾ ਹੋ ਰਹੇ ਪੰਜਾਬੀ ਸ਼ਾਇਰੀ ਲਈ ਉਤਸ਼ਾਹ ਨੂੰ ਖ਼ਤਮ ਕਰ ਦਿੱਤਾ। ਮੇਰੇ ਨਾਲ ਏਨੀ ਨਰਾਜ਼ਗੀ ਹੋਣ ਦੇ ਬਾਵਜੂਦ ਫਿਰ ਵੀ ਉਹ ਮੇਰੇ ਨਾਲ ਅਨੇਕਾਂ ਹੋਰ ਪ੍ਰੋਜੈਕਟਾਂ ਉਤੇ ਬੜੇ ਉਤਸ਼ਾਹ ਨਾਲ ਕੰਮ ਕਰਦੀ ਰਹੀ, ਅਤੇ ਅਸੀਂ ਅਨੇਕਾਂ ਹੋਰ ਵਿਸ਼ਿਆਂ ਤੋਂ ਇਲਾਵਾ, ਥੋੜ੍ਹਾ ਬਹੁਤ, ਪੰਜਾਬੀ ਸਾਹਿਤ ਬਾਰੇ ਵੀ ਗੱਲਬਾਤ ਕਰਦੇ ਰਹਿੰਦੇ।

ਆਪਣੀ ਪੁਸਤਕ 'ਇਹ ਖ਼ਤ ਕਿਸਨੂੰ ਲਿਖਾਂ' ਦੀ ਤਿਆਰੀ ਕਰਦਿਆਂ ਮੈਂ ਆਪਣੀਆਂ ਨਜ਼ਮਾਂ ਉਸਨੂੰ ਪੜ੍ਹਕੇ ਸੁਣਾਂਦਾ ਤਾਂ ਉਹ ਮੇਰੀਆਂ ਨਜ਼ਮਾਂ ਬਾਰੇ ਬੜੇ ਵਧੀਆ

ਵਿਚਾਰ ਦਿੰਦੀ: ਅਤੇ ਕੋਈ ਵੇਰ, ਮੈਂ ਉਸਦੀ ਸਲਾਹ ਉੱਤੇ ਕਈ ਨਜ਼ਮਾਂ ਵਿੱਚ ਕੁਝ ਤਬਦੀਲੀਆਂ ਵੀ ਕਰ ਦਿੰਦਾ।

ਇੱਕ ਦਿਨ ਅਚਾਨਕ ਫਿਰ ਦਵਿੰਦਰ ਨੇ ਮੈਨੂੰ ਆਪਣੀ ਇੱਕ ਨਜ਼ਮ ਦਿਖਾਈ ਅਤੇ ਉਸ ਵਿੱਚ ਸੋਧ ਕਰਨ ਲਈ ਸੁਝਾਅ ਵੀ ਮੰਗੇ। ਇਸ ਵਾਰ ਮੈਂ ਉਸਦੀ ਸਥਿਤੀ ਨੂੰ ਬੇਹਤਰ ਸਮਝਦਾ ਸਾਂ ਅਤੇ ਆਪਣੀ ਜ਼ਿੰਮੇਵਾਰੀ ਦੇ ਅਹਿਸਾਸ ਨੂੰ ਵੀ।

ਪਰ ਇਸ ਵਾਰ ਇੱਕ ਗੱਲ ਹੋਰ ਵੀ ਵਾਪਰੀ ਸੀ। ਦਵਿੰਦਰ ਰੇਖਾ-ਚਿਤਰ ਬਨਾਉਣ ਵਿੱਚ ਵੀ ਬੜੀ ਦਿਲਚਸਪੀ ਦਿਖਾਉਣ ਲੱਗੀ ਸੀ। ਸ਼ਾਇਰੀ ਅਤੇ ਕਲਾ ਦਾ ਸੁਮੇਲ ਪੰਜਾਬੀਆਂ ਵਿੱਚ ਬਹੁਤ ਹੀ ਘੱਟ ਵੇਖਣ ਨੂੰ ਮਿਲਿਆ ਹੈ।

ਦਵਿੰਦਰ ਹੁਣ ਅਕਸਰ ਮੈਨੂੰ ਆਪਣੀਆਂ ਨਜ਼ਮਾਂ ਦਿਖਾਉਣ ਲੱਗੀ ਅਤੇ ਰੇਖਾ-ਚਿਤਰ ਵੀ ਅਤੇ ਮੈਨੂੰ ਹੌਲੀ ਹੌਲੀ ਉਸਦੀ ਸਖ਼ਸ਼ੀਅਤ ਦੀ ਸਮਝ ਆਉਣ ਲੱਗੀ। ਬਹੁ-ਦਿਸ਼ਾਵੀ ਪ੍ਰਤਿਭਾ ਵਾਲੀ ਔਰਤ ਵਰ੍ਹਿਆਂ ਤੋਂ ਮਨ ਵਿੱਚ ਦੱਬੀਆਂ ਕਲਾਤਮਕ ਰੁਚੀਆਂ ਨੂੰ ਰੇਖਾ-ਚਿਤਰਾਂ ਅਤੇ ਅੱਖਾਂ ਵਿੱਚ ਪਰਗਟ ਕਰਨ ਵਿੱਚ ਜੁੱਟ ਗਈ।

ਕਈ ਵੇਰ ਉਹ ਆਪਣੀ ਨਜ਼ਮ ਨੂੰ ਅੰਗਰੇਜ਼ੀ ਰੂਪ ਵਿੱਚ ਪ੍ਰਗਟ ਕਰਦੀ ਅਤੇ ਅਸੀਂ ਦੋਵੇਂ ਬੈਠ ਕੇ ਇਸਨੂੰ ਪੰਜਾਬੀ ਰੂਪ ਵਿੱਚ ਢਾਲਦੇ ਅਤੇ ਕਈ ਵੇਰੀ ਉਹ ਆਪਣੀ ਨਜ਼ਮ ਸਿੱਧੀ ਪੰਜਾਬੀ ਰੂਪ ਵਿੱਚ ਹੀ ਪ੍ਰਗਟ ਕਰਦੀ।

ਉਸਦਾ ਮੂਲ ਸਰੋਕਾਰ ਕਿਉਂਕਿ ਔਰਤਾਂ ਦੀਆਂ ਸਮੱਸਿਆਵਾਂ ਨਾਲ ਹੀ ਸੀ ਇਸ ਲਈ ਜ਼ਰੂਰੀ ਸੀ ਕਿ ਉਸਦੀਆਂ ਨਜ਼ਮਾਂ ਵਿੱਚ ਵੀ ਇਸਦਾ ਭਰਵਾਂ ਜ਼ਿਕਰ ਹੁੰਦਾ। ਪਰ ਔਰਤਾਂ ਦੀਆਂ ਸਮੱਸਿਆਵਾਂ ਬਾਰੇ ਲਿਖਦਿਆਂ ਵੀ ਉਹ ਉਲਾਰ ਨਹੀਂ ਹੁੰਦੀ ਅਤੇ ਔਰਤ ਵੱਲੋਂ ਔਰਤ ਉੱਤੇ ਕੀਤੇ ਜਾਂਦੇ ਜ਼ੁਲਮਾਂ ਦੀ ਕਥਾ ਬਿਆਨ ਕਰਨ ਤੋਂ ਵੀ ਨਹੀਂ ਝਿਜਕਦੀ :

ਤੂੰ ਵੀ ਔਰਤ
ਮੈਂ ਵੀ ਔਰਤ
ਕਦੇ ਦੋਸਤ
ਕਦੇ ਦੁਸ਼ਮਣ
ਤੇਰੇ ਤੀਰ
ਮੇਰੇ ਜ਼ਖ਼ਮ

ਤੇਰੇ ਜ਼ੁਲਮ

ਮੇਰੀ ਸਹਿਣਸ਼ੀਲਤਾ

(ਔਰਤ)

ਭਾਵੇਂ ਆਪਣੀ ਗੱਲ ਉਹ ਬੜੀ ਨਿਝੱਕ ਹੋ ਕੇ ਕਹਿ ਦਿੰਦੀ ਹੈ, ਪਰ ਉਹ ਅਜਿਹੇ ਲੋਕਾਂ ਦਾ ਜ਼ਿਕਰ ਕਰਨ ਤੋਂ ਵੀ ਨਹੀਂ ਝਿਜਕਦੀ, ਜੋ ਲਗਾਤਾਰ ਜ਼ੁਲਮ ਹੇਠ ਜ਼ਿੰਦਗੀ ਜਿਉਣ ਕਾਰਨ ਆਪਣੀਆਂ ਭਾਵਨਾਵਾਂ ਪ੍ਰਗਟ ਕਰਨ ਦੀ ਸਮਰੱਥਾ ਤੱਕ ਵੀ ਗੁਆ ਬੈਠਦੇ ਹਨ ਅਤੇ ਜ਼ਾਲਮ ਸ਼ਕਤੀਆਂ ਅੱਗੇ ਪੂਰੀ ਤਰ੍ਹਾਂ ਸਮਰਪਣ ਕਰ ਦਿੰਦੇ ਹਨ।

ਕੁਝ ਹੋਰ,

ਜੋ ਆਪਣੇ ਮਹਿਬੂਬ ਦੇ ਨਾਮ ਅਣਲਿਖੇ

ਖ਼ਤਾਂ ਦੇ ਸਿਰਨਾਵੇਂ ਬਣ ਜਾਂਦੇ ਹਨ

(ਹਨੇ੍ਰਾ)

ਇਸ ਤਰ੍ਹਾਂ ਉਸਦੀਆਂ ਨਜ਼ਮਾਂ ਵਿੱਚ ਮਨੁੱਖੀ ਰਿਸ਼ਤਿਆਂ ਦੀਆਂ ਸੁਖਤ ਪਰਤਾਂ ਹਨ। ਮਨ ਦੇ ਤਹਿਖਾਨਿਆਂ ਵਿੱਚ ਉੱਗ ਰਹੇ ਗੁਲਾਬਾਂ ਦੀ ਮਹਿਕ ਹੈ। ਸੀਨੇ 'ਚ ਲੱਗੇ ਜ਼ਖਮਾਂ ਦੇ ਨਿਸ਼ਾਨ ਹਨ :

ਕੋਈ ਵੀ ਮੇਰੇ ਦਰਦ ਨੂੰ ਨਹੀਂ ਜਾਣਦਾ

ਮੇਰੀ ਰੂਹ ਪਿੰਜੀ ਜਾ ਚੁੱਕੀ ਹੈ

ਮੇਰਾ ਜਿਸਮ ਟੁਕੜੇ ਟੁਕੜੇ ਹੋ ਚੁੱਕਾ ਹੈ

(ਤੜਪ)

ਦਵਿੰਦਰ ਨੂੰ ਇਸ ਗੱਲ ਵਿੱਚ ਕੋਈ ਦਿਲਚਸਪੀ ਨਹੀਂ ਕਿ ਉਸਦੀਆਂ ਨਜ਼ਮਾਂ ਦਾ ਕੀ ਰੂਪ ਹੁੰਦਾ ਹੈ। ਉਸਦਾ ਮੰਤਵ ਤਾਂ ਸਪੱਸ਼ਟ ਸ਼ਬਦਾਂ ਵਿੱਚ ਆਪਣੀ ਗੱਲ ਕਹਿਣਾ ਹੈ, ਆਪਣੇ ਮਨ ਵਿੱਚ ਸੁਲਗ ਰਹੇ ਅਹਿਸਾਸਾਂ ਨੂੰ ਬੋਲ ਦੇਣੇ ਹਨ :

ਜ਼ਿੰਦਗੀ ਦੇ ਉਦਾਸ ਰਾਹਾਂ ਤੇ ਤੁਰਦਿਆਂ

ਵਰ੍ਹਿਆਂ ਤੋਂ ਮੈਂ ਲੱਭ ਰਹੀ ਹਾਂ

ਉਨ੍ਹਾਂ ਅੱਖਾਂ ਨੂੰ

ਜੋ ਇਕ ਵਾਰ ਨਜ਼ਰ ਭਰ ਕੇ ਵੇਖ ਸਕਣ

ਮੇਰੇ ਦਿਲ 'ਚੋਂ

ਤ੍ਰਿਪ ਤ੍ਰਿਪ ਚੋਂਦੇ

ਲਹੂ ਦੇ ਤੁਪਕਿਆਂ ਨੂੰ

ਮੇਰੇ ਹੰਝੂਆਂ ਦੀ ਬਰਸਾਤ ਨੂੰ

(ਅੱਖਾਂ)

ਅੱਖਾਂ ਬਾਰੇ ਗੱਲਾਂ ਕਰਦਿਆਂ ਦਵਿੰਦਰ ਅਕਸਰ ਬੜੀ ਭਾਵੁਕ ਹੋ ਜਾਂਦੀ ਹੈ। ਉਸਦੀ ਜ਼ਿੰਦਗੀ ਵਿੱਚ ਅੱਖਾਂ ਦੀ ਬਹੁਤ ਮਹੱਤਤਾ ਹੈ। ਬਚਪਨ ਤੋਂ ਹੀ ਉਸਦੀਆਂ ਅੱਖਾਂ ਬਹੁਤ ਕੰਮਜ਼ੋਰ ਸਨ, ਪਰ ਘਰ ਵਿੱਚ ਕਿਸੇ ਨੇ ਵੀ ਇਸ ਗੱਲ ਵੱਲ ਬਹੁਤਾ ਧਿਆਨ ਨ ਦਿੱਤਾ, ਸਗੋਂ ਇਸ ਗੱਲ ਦਾ ਮਜ਼ਾਕ ਹੀ ਉਡਦਾ ਰਿਹਾ ਅਤੇ ਜ਼ਿੰਦਗੀ ਦੇ ਤਕਰੀਬਨ ਬਤਾਲੀ ਵਰ੍ਹੇ ਤੱਕ, ਆਪਣੀ ਕੰਮਜ਼ੋਰ ਨਿਗਾਹ ਕਰਕੇ, ਉਹ ਨ ਤਾਂ ਚੀਜ਼ਾਂ ਨੂੰ ਸਪੱਸ਼ਟ ਦੇਖ ਹੀ ਸਕਦੀ ਸੀ ਨ ਹੀ ਉਸਨੂੰ ਰੰਗਾਂ ਦੀ ਕੋਈ ਸਹੀ ਪਹਿਚਾਣ ਹੀ ਸੀ। ਉਸਦੇ ਮਨ ਵਿਚਲੀ ਦੁਨੀਆਂ ਦੇ ਨਕਸ਼ ਵੀ ਧੁੰਦਲੇ ਅਤੇ ਅਸਪੱਸ਼ਟ ਹੀ ਰਹੇ। ਉਸਨੂੰ ਹਰ ਚੀਜ਼ ਬਾਰੇ ਅੰਦਾਜ਼ਾ ਹੀ ਲਗਾਉਣਾ ਪੈਂਦਾ ਕਿ ਉਸਦਾ ਰੂਪ ਕਿਹੋ ਜਿਹਾ ਹੋਵੇਗਾ, ਉਸਦਾ ਅਸਲੀ ਰੰਗ ਕਿਹੋ ਜਿਹਾ ਹੋਵੇਗਾ। 1997 ਵਿੱਚ ਜਦੋਂ ਉਸ ਦੀਆਂ ਅੱਖਾਂ ਦਾ ਓਪਰੇਸ਼ਨ ਹੋਇਆ ਅਤੇ ਉਸਨੂੰ ਪਹਿਲੀ ਵਾਰ ਹਰ ਚੀਜ਼ ਸਪੱਸ਼ਟ ਦਿਖਣ ਲੱਗੀ ਅਤੇ ਰੰਗਾਂ ਦੀ ਸਹੀ ਪਹਿਚਾਣ ਹੋਣ ਲੱਗੀ ਤਾਂ ਉਹ ਹੈਰਾਨੀ ਭਰੀ ਖ਼ੁਸ਼ੀ ਨਾਲ ਝੱਲੀ ਹੋਈ ਹਰ ਚੀਜ਼ ਨੂੰ ਬੜੀ ਬੜੀ ਦੇਰ ਤੱਕ ਵੇਖਦੀ ਗਹਿੰਦੀ। ਇਥੋਂ ਤੱਕ ਕਿ ਉਸਦੇ ਬੱਚੇ ਵੀ ਉਸਨੂੰ ਪੁੱਛਣ ਲੱਗੇ ਕਿ ਮੰਮੀ ਤੁਸੀਂ ਸਾਨੂੰ ਇਸ ਤਰ੍ਹਾਂ ਘੂਰ ਘੂਰ ਕੇ ਕਿਉਂ ਦੇਖਦੇ ਹੋ ? ਦਵਿੰਦਰ ਦੱਸਦੀ ਕਿ ਉਸਨੂੰ ਇਕ ਦੰਮ ਇਸ ਤਰ੍ਹਾਂ ਮਹਿਸੂਸ ਹੋਣ ਲੱਗਾ ਸੀ ਕਿ ਜ਼ਿੰਦਗੀ ਦੇ ਏਨੇ ਵਰ੍ਹੇ ਉਹ ਇੰਨੀ ਖ਼ੂਬਸੂਰਤ ਦੁਨੀਆਂ ਤੋਂ ਵਾਂਝੀ ਹੀ ਰਹੀ ਸੀ, ਅਤੇ ਹੁਣ ਉਹ ਇਸ ਖ਼ੂਬਸੂਰਤ ਦੁਨੀਆਂ ਅਤੇ ਆਪਣੇ ਚੁਗਿਰਦੇ ਨੂੰ ਪੂਰੀ ਸ਼ਿੱਦਤ ਨਾਲ ਮਾਨਣਾ ਚਾਹੁੰਦੀ ਸੀ; ਪਰ ਉਹ ਸਮਾਜ ਦੇ ਬੰਧਨਾਂ ਤੋਂ ਵੀ ਚੇਤੰਨ ਸੀ। ਜਿਨ੍ਹਾਂ ਤੋਂ ਮੁਕਤੀ ਪ੍ਰਾਪਤੀ ਕੀਤੇ ਬਿਨ੍ਹਾਂ ਉਹ ਕਦੀ ਵੀ ਆਜ਼ਾਦ ਮਹਿਸੂਸ ਨਹੀਂ ਕਰ ਸਕਦੀ :

ਜ਼ਿੰਦਗੀ ਦੇ ਕੰਡਿਆਲੇ ਰਾਹਾਂ 'ਤੇ ਤੁਰਦਿਆਂ

ਦਰਦਾਂ ਨਾਲ ਪੱਛਿਆ ਮੇਰਾ ਸੀਨਾ

ਹੌਕੇ ਭਰ ਭਰ ਇਤਰਾਜ਼ ਕਰਦਾ ਹੈ ਕਿ

ਜਦੋਂ ਤੱਕ, ਮੈਂ

ਆਪਣੀਆਂ ਕਸ਼ਮਕਸ਼ਾਂ

ਆਪਣੀਆਂ ਆਸਾਂ ਦੇ ਆਧਾਰ

ਆਪਣੀਆਂ ਇਛਾਵਾਂ ਅਤੇ ਉਮੰਗਾਂ ਨੂੰ

ਅਲਫ਼ ਨੰਗਿਆਂ ਕਰ

ਆਪਣੇ ਆਪ ਦੀ ਤਲਾਸ਼ ਨਹੀਂ ਕਰਦੀ

ਮੈਂ ਸੰਤੁਸ਼ਟੀ ਨੂੰ ਗਲਵੱਕੜੀ ਨਹੀਂ ਪਾ ਸਕਾਂਗੀ

(ਤਨਾਓ)

ਇਸੇ ਸੰਦਰਭ ਵਿੱਚ ਹੀ ਉਸ ਵੱਲੋਂ ਦਿੱਤੀ 'ਘਰ' ਦੀ ਪਰੀਭਾਸ਼ਾ ਵੀ ਸਾਡਾ ਧਿਆਨ
ਖਿੱਚਦੀ ਹੈ :

ਘਰ, ਇੱਕ ਚਾਰ ਦੀਵਾਰੀ ਦਾ ਨਾਮ ਨਹੀਂ

ਮੀਂਹ ਹਨ੍ਹੇਰੀ ਤੋਂ ਬਚਣ ਲਈ ਮਿਲੀ ਹੋਈ

ਛੱਤ ਦਾ ਨਾਮ ਵੀ ਘਰ ਨਹੀਂ ਹੁੰਦਾ

ਧਾਰਮਿਕ ਬਾਬਿਆਂ ਦੀਆਂ ਤਸਵੀਰਾਂ ਨਾਲ

ਭਰੀਆਂ ਹੋਈਆਂ ਕੰਧਾਂ ਦਾ ਨਾਮ ਵੀ ਘਰ ਨਹੀਂ ਹੁੰਦਾ

ਇੱਕੋ ਛੱਤ ਥੱਲੇ ਪਤੀ, ਪਤਨੀ ਅਤੇ ਬੱਚਿਆਂ ਦਾ

ਮਹਿਜ਼ ਇਕੱਠੇ ਰਹਿਣਾ ਵੀ ਘਰ ਨਹੀਂ ਹੁੰਦਾ

ਨ ਹੀ ਘਰ ਹੁੰਦਾ ਹੈ ਸਟੀਰੀਓ, ਟੀ.ਵੀ. ਵੀਡੀਓ,

ਅਤੇ ਆਲੀਸ਼ਾਨ ਗਲੀਚਿਆਂ ਦਾ ਵਿਛੇ ਹੋਣਾ

ਸ਼ਰਾਬ ਦੀਆਂ ਬੋਤਲਾਂ, ਭੁੰਨੇ ਹੋਏ ਮੁਰਗਿਆਂ ਅਤੇ

ਕੁਲਚੇ ਛੋਲਿਆਂ ਦਾ ਮੇਜ਼ਾਂ ਉੱਤੇ ਪਰੋਸਿਆ ਜਾਣਾ ਵੀ ਘਰ ਨਹੀਂ ਹੁੰਦਾ

(ਘਰ)

ਭਾਵੇਂ ਕਿ ਪੂਰਬ ਅਤੇ ਪੱਛਮ ਦੀਆਂ ਸਭਿਆਚਾਰਕ ਕਦਰਾਂ ਕੀਮਤਾਂ ਵਿੱਚ ਅੱਜ
ਕੱਲ੍ਹ ਬਹੁਤਾ ਫਰਕ ਮਹਿਸੂਸ ਨਹੀਂ ਹੁੰਦਾ, ਪਰ ਫਿਰ ਵੀ ਭਾਰਤੀ ਸਭਿਆਚਾਰ ਵਿੱਚ, ਭਾਵੇਂ
ਉਹ ਕੈਨੇਡਾ ਹੋਵੇ ਜਾਂ ਅਮਰੀਕਾ, ਇੰਗਲੈਂਡ ਹੋਵੇ ਜਾਂ ਭਾਰਤ, ਔਰਤ ਦੀ ਸਥਿਤੀ ਹਰ
ਜਗ੍ਹਾ ਹੀ ਇੱਕੋ ਜਿਹੀ ਹੈ; ਦਾਜ ਦੇ ਭੁੱਖੇ ਸੱਸ-ਸਹੁਰਾ ਅਤੇ ਹੋਰ ਸਹੁਰਾ ਪਰਵਾਰ ਕਿਵੇਂ

ਔਰਤਾਂ ਨੂੰ ਦੁਖੀ ਕਰਦੇ ਹਨ, ਅਤੇ ਸਾਰੀ ਉਮਰ ਉਹ ਅੰਦਰੋਂ ਅੰਦਰ ਧੁਖਦੀਆਂ ਹੋਈਆਂ ਹੀ ਆਪਣੀ ਜ਼ਿੰਦਗੀ ਬਤੀਤ ਕਰ ਦਿੰਦੀਆਂ ਹਨ :

ਮਹਿਜ਼, ਆਪਣੇ ਨੱਕ, ਪੱਗ ਅਤੇ ਧੌਲੇ ਝਾਟਿਆਂ ਦੀ
ਲੱਜ ਪਿੱਟਦੇ, ਮਜ਼ਬੂਰੀਆਂ ਦੇ ਕੀਰਨੇ ਪਾ, ਬੇਵਸੀ ਦੇ ਹੰਝੂ ਕੇਰ
ਵਿਚੋਲਿਆਂ ਦੇ ਕੰਧਿਆਂ 'ਤੇ
ਧੀਆਂ ਦੀਆਂ ਅੱਧ ਜਲੀਆਂ ਲੋਥਾਂ ਉਤਾ
ਭਾਂਡੇ, ਟੀਂਡਿਆਂ 'ਤੇ ਕੱਪੜਿਆਂ ਦੀ ਸਮਗਰੀ ਸੰਗ
ਮਨੌਤੀਆਂ ਦਾ ਬਾਲਣ ਪਾ ਕੇ
ਸਿਵਿਆਂ ਵਿੱਚ ਸਵਾਹ ਹੋਣ ਲਈ
ਛੱਡ ਆਂਦੇ ਹਨ-ਮਾਪੇ
(ਬੁਝਿਆ ਹੋਇਆ ਦੀਵਾ)

ਅੱਜ ਦੀ ਚੇਤੰਨ ਔਰਤ ਦੀ ਪ੍ਰਤੀਨਿਧਤਾ ਕਰਦੀ ਹੋਈ ਉਹ ਆਖਦੀ ਹੈ ਕਿ ਸਮਾਜ ਨੇ ਭਾਵੇਂ ਉਸ ਦੁਆਲੇ ਕੰਧਾਂ ਉਸਾਰ ਕੇ ਉਸ ਨੂੰ ਗੂੰਗੀ, ਬੋਲੀ ਅਤੇ ਗੁਲਾਮ ਬਣਾ ਕੇ ਰੱਖਣ ਦੀ ਕੋਸ਼ਿਸ ਕੀਤੀ, ਅਤੇ ਉਸ ਲਈ ਇਨਸਾਫ਼ ਮਿਲਣ ਦੇ ਸਭ ਰਾਹ ਬੰਦ ਕਰ ਦਿੱਤੇ, ਕਿਉਂਕਿ ਸਮਾਜ ਦੇ ਜਿਹੜੇ ਲੋਕ ਔਰਤ ਉੱਤੇ ਜ਼ੁਲਮ ਕਰਨ ਲਈ ਜ਼ਿੰਮੇਵਾਰ ਹਨ ਉਹੀ ਇਨਸਾਫ਼ ਦੀ ਕੁਰਸੀ ਉੱਤੇ ਬੈਠੇ ਹੋਏ ਹਨ, ਪਰ ਇਹ ਗੱਲਾਂ ਬਹੁਤੀ ਦੇਰ ਤੱਕ ਨਹੀਂ ਚੱਲ ਸਕਦੀਆਂ ਅਤੇ ਅੱਜ ਦੀ ਔਰਤ ਨੇ ਸਮਾਜ ਵਿਚਲੀ ਅਜਿਹੀ ਸਥਿਤੀ ਖਿਲਾਫ਼ ਲੜਨ ਲਈ ਨਿਸ਼ਚਾ ਕਰ ਲਿਆ ਹੈ :

ਮੈਨੂੰ ਯਾਦ ਨੇ ਉਹ ਪਲ
ਚੀਕਦਿਆਂ
ਮੈਂ ਵੀ ਇੱਕ ਇਨਸਾਨ ਹਾਂ
ਮੇਰੀਆਂ ਵੀ ਭਾਵਨਾਵਾਂ ਹਨ
ਮੈਂ ਪੂਰੀ ਸ਼ਿੱਦਤ ਨਾਲ
ਆਪਣੀ ਜ਼ਿੰਦਗੀ ਦੀ ਜੰਗ ਲੜਾਂਗੀ
ਨਫ਼ਰਤ ਲਈ ਨਫ਼ਰਤ
ਚੋਭ ਲਈ ਚੋਭ

(ਨਿਸ਼ਚਾ)

ਇਸੇ ਗੱਲ ਨੂੰ ਅੱਗੇ ਤੋਰਦਿਆਂ ਫੈਮਿਨਿਸਟ ਵਿਚਾਰਧਾਰਾ ਦੀ ਗੱਲ ਕਰਦਿਆਂ ਉਹ 'ਮੈਂ' ਤੋਂ 'ਅਸੀਂ' ਤੱਕ ਪਹੁੰਚਦੀ ਹੈ :

ਪਰ—

ਉਹ, ਹਰ ਪਲ ਹੋਰ ਵਧੇਰੇ ਸ਼ਕਤੀਵਰ ਹੁੰਦਾ ਗਿਆ

ਉਸਨੇ, ਉਸਦੀ ਮਾਸੂਮੀਅਤ ਦੇ ਮਹੱਲਾਂ ਨੂੰ

ਕਿਸੇ ਦੁਸ਼ਮਣ ਦੇਸ਼ ਦੀਆਂ ਫ਼ੌਜਾਂ ਵਾਂਗ

ਬੜੀ ਬੇਰਹਿਮੀ ਨਾਲ ਜੀਅ ਭਰ ਕੇ ਲੁੱਟਿਆ

ਉਸਨੇ ਆਪਣੇ ਜ਼ਹਿਰੀ ਤੀਰਾਂ ਨਾਲ

ਇਹ ਅਤਿਆਚਾਰੀ ਹਮਲਾ

ਪਲ ਪਲ, ਛਿਣ ਛਿਣ ਜਾਰੀ ਰੱਖਿਆ

ਉਸਨੇ ਹਵਾ 'ਚ ਉਡਦੀ ਤਿਤਲੀ ਦੇ ਖੰਭ ਤੋੜ

ਉਸਦਾ ਦਿਲ ਚੀਨਾ ਚੀਨਾ ਕਰ ਦਿੱਤਾ

ਇੱਕ ਕੀਮਤੀ ਸ਼ੀਸ਼ਾ—

ਜੋ ਉਸਨੂੰ, ਉਸਦੀ ਪਹਿਚਾਣ ਕਰਾ

ਕੰਮਬਖਤ ਸਮਿਆਂ ਵਿੱਚ

ਹੌਸਲਾ ਦਿੰਦਾ ਸੀ

(ਦਿਲ ਇੱਕ ਸ਼ੀਸ਼ਾ)

ਪੰਜਾਬੀ ਸ਼ਾਇਰੀ ਦੇ ਬਹੁਤ ਸਾਰੇ ਪਾਠਕਾਂ ਵੱਲੋਂ ਅਕਸਰ ਇਹ ਇਤਰਾਜ਼ ਕੀਤਾ ਜਾਂਦਾ ਹੈ ਕਿ ਵਧੇਰੇ ਪੰਜਾਬੀ ਸ਼ਾਇਰ, ਮਹਿਜ਼, ਆਪਣੇ ਮਨ ਦੀ ਤਸੱਲੀ ਵਾਸਤੇ ਹੀ ਸ਼ਾਇਰੀ ਲਿਖ ਰਹੇ ਹਨ। ਲੋਕਾਂ ਦਾ ਇਹ ਸ਼ਾਇਰੀ ਕੁਝ ਵੀ ਨਹੀਂ ਸੰਵਾਰਦੀ। ਪਰ ਦਵਿੰਦਰ ਦੀ ਸ਼ਾਇਰੀ ਅਨੇਕਾਂ ਲੋਕਾਂ ਲਈ-ਪੱਥ ਪਰਦਰਸ਼ਕ ਦਾ ਕੰਮ ਕਰੇਗੀ। ਆਪਣੇ ਇਸ ਮੰਤਵ ਪ੍ਰਤੀ ਉਹ ਆਪ ਵੀ ਪੂਰੀ ਤਰ੍ਹਾਂ ਚੇਤੰਨ ਹੈ :

ਮੇਰੇ ਅੰਦਰ ਉੱਗ ਰਿਹਾ ਸੂਰਜ

ਹੋਰਨਾਂ ਲਈ ਵੀ

ਚਾਨਣ ਮੁਨਾਰਾ ਬਣਕੇ

ਮੁਕਤੀ ਦੇ ਰਾਹ ਖੋਲ੍ਹ ਸਕਦਾ ਹੈ

(ਜ਼ਿੰਦਗੀ)

ਆਪਣੀਆਂ ਨਜ਼ਮਾਂ 'ਰਾਖ਼ਸ਼', 'ਡੈਣ' ਅਤੇ 'ਵਿਦਰੋਹ' ਵਿੱਚ ਉਹ ਅਜਿਹੇ ਮਨੁੱਖੀ ਵਰਤਾਉ ਦਾ ਬਿਆਨ ਕਰਦੀ ਹੈ ਜੋ ਸਿਰ ਤੋਂ ਪੈਰਾਂ ਤੀਕ ਸ਼ੈਤਾਨ-ਰੂਪੀ ਰੁਚੀਆਂ ਨਾਲ ਭਰਿਆ ਹੁੰਦਾ ਹੈ। ਅਜਿਹੀਆਂ ਸ਼ੈਤਾਨ-ਰੂਪੀ ਰੂਹਾਂ ਨੂੰ ਇਸ ਗੱਲ ਦਾ ਰਤੀ ਭਰ ਵੀ ਅਹਿਸਾਸ ਨਹੀਂ ਹੁੰਦਾ ਕਿ ਉਨ੍ਹਾਂ ਦੇ ਅਤਿਆਚਾਰਾਂ ਸਦਕਾ ਕੋਈ ਵਿਅਕਤੀ ਕਿਸ ਤਰ੍ਹਾਂ ਪੋਟਾ ਪੋਟਾ ਸੜ ਕੇ ਰਾਖ ਹੋ ਰਿਹਾ ਹੈ :

ਭਾਵਨਾਤਮਕ ਫੱਟਾਂ ਨੇ ਮੇਰੇ ਜਿਸਮ ਉੱਤੇ ਜਕੜ ਮਾਰ

ਮੇਰੇ ਦੁੱਖਦੇ ਅੰਗਾਂ ਨੂੰ ਹੋਰ ਪੀੜਤ ਕਰ ਦਿੱਤਾ

ਅਤੇ ਮੇਰੇ ਜ਼ਿਹਨ ਵਿੱਚ ਉਬਲ ਰਹੇ ਸੁਆਲਾਂ ਨਾਲ

ਮੇਰੇ ਸਿਰ ਵਿੱਚ ਮਾਈਗਰੇਨ ਦੇ ਹਥੌੜੇ ਵੱਜਣ ਲੱਗੇ

(ਵਿਦਰੋਹ)

ਪਰ ਆਪਣੀ ਅਜਿਹੀ ਸਥਿਤੀ ਵਿੱਚ ਵੀ ਉਹ ਹਾਰ ਨਹੀਂ ਮੰਨਦੀ। ਹੈਮਿੰਗਵੇ ਦੇ ਬੁੱਢੇ ਮਛੇਰੇ ਵਾਂਗ, ਸਮੁੰਦਰ ਦੀਆਂ ਲਹਿਰਾਂ ਨਾਲ ਲੜਦੀ ਹੋਈ, ਆਪਣੇ ਚੌਗਿਰਦੇ ਨੂੰ ਉਹ ਪੂਰੀ ਸ਼ਿੱਦਤ ਨਾਲ ਵੰਗਾਰਦੀ ਹੈ :

ਅਤੇ ਮੈਂ, ਆਪਣੇ ਚੌਗਿਰਦੇ ਨੂੰ

ਮੁਖਾਤਿਬ ਹੋ, ਆਖਦੀ ਹਾਂ :

ਜ਼ਿੰਦਗੀ, ਜ਼ਿੰਦਾ ਦਿਲੀ ਦਾ ਨਾਮ ਹੈ-

ਜ਼ਿੰਦਗੀ-ਇਕ ਯੁੱਧ-ਭੂਮੀ ਹੈ

ਮੈਂ ਹੌਂਸਲਾ ਨਹੀਂ ਛੱਡਾਂਗੀ

(ਡੈਣ)

ਦਵਿੰਦਰ ਅਫਰੀਕਾ ਵਿੱਚ ਜੰਮੀ ਪਲੀ, ਇੰਗਲੈਂਡ ਵਿੱਚ ਪੜ੍ਹੀ ਅਤੇ ਅੱਜ ਕੱਲ੍ਹ ਕੈਨੇਡਾ ਵਿੱਚ ਆਪਣੇ ਨੌਜਵਾਨ ਪੁੱਤਰਾਂ ਅਤੇ ਪਤੀ ਨਾਲ ਰਹਿੰਦੀ ਹੈ। ਤਿੰਨ ਮਹਾਂਦੀਪਾਂ ਨਾਲ ਸੰਬੰਧਤ ਰਹਿਣ ਕਰਕੇ ਉਸਦੀ ਸਖ਼ਸ਼ੀਅਤ ਵਿੱਚੋਂ ਇਸਦੀ ਝਲਕ ਮਿਲਦੀ ਹੈ। ਜੇਕਰ ਇਕ ਪਲ ਉਹ ਪੰਜਾਬੀ ਸਭਿਆਚਾਰ ਨਾਲ ਜੁੜੀ ਹੁੰਦੀ ਹੈ ਤਾਂ ਦੂਜੇ ਹੀ ਪਲ ਉਹ ਪੱਛਮੀ

ਸਭਿਆਚਾਰ ਵਿੱਚ ਪੂਰੀ ਤਰ੍ਹਾਂ ਰੰਗੀ ਹੈ ਅਤੇ ਤੀਜੇ ਪਲ ਅਫਰੀਕਨ ਸਭਿਆਚਾਰ ਵਿੱਚ ਅਤੇ ਚੌਥੇ ਪਲ ਭਾਰਤੀ ਜਾਂ ਕਿਸੇ ਹੋਰ ਸਭਿਆਚਾਰ ਵਿੱਚ। ਅਫਰੀਕਾ, ਮਿਡਲ ਈਸਟ, ਯੌਰਪ, ਉਤਰੀ ਅਮਰੀਕਾ, ਅਤੇ ਭਾਰਤ ਦੇ ਵੱਖੋ-ਵੱਖਰੇ ਹਿੱਸਿਆਂ ਦਾ ਉਹ ਸਫ਼ਰ ਕਰ ਚੁੱਕੀ ਹੈ। ਦੇਖਣ ਵਿੱਚ ਵੀ, ਕਈ ਵੇਰ, ਇੰਜ ਜਾਪਦਾ ਹੈ ਜਿਵੇਂ ਉਸਦੇ ਸਰੀਰ ਦੇ ਵੱਖਰੇ ਵੱਖਰੇ ਹਿੱਸੇ ਵੱਖਰੇ ਵੱਖਰੇ ਮਹਾਂਦੀਪਾਂ ਵਿੱਚ ਬਣੇ ਹੋਣ।

ਮਈ 22, 1998

-ਸੁਖਿੰਦਰ
ਟੋਰਾਂਟੋ, ਕੈਨੇਡਾ

ਝਾਂਜਰਾਂ ਦੇ ਬੋਲ

ਦਵਿੰਦਰ ਦੇ ਘਰ ਅੰਦਰ ਦਾਖ਼ਲ ਹੁੰਦਿਆਂ ਸਾਹਮਣੀ ਦੀਵਾਰ ਉੱਤੇ ਲੱਗੇ 'ਆਦਮ ਕੱਦ' ਸ਼ੀਸ਼ੇ ਸਾਹਵੇਂ ਬੁੰਦੇ, ਝੁਮਕੇ ਕੰਗਣ, ਹਾਰ, ਮਾਲਾ, ਦੌਨੀ-ਟਿੱਕਾ ਪਤਾ ਨਹੀਂ ਦੁਨੀਆਂ ਦੇ ਕਿਸ ਕਿਸ ਕੋਨੇ ਵਿਚੋਂ ਇਕੱਠੇ ਕੀਤੇ ਜੇਵਰਾਂ ਦਾ ਢੇਰ ਲੱਗਿਆ ਨਜ਼ਰ ਆਵੇਗਾ। ਲਗਦਾ ਹੈ ਕਾਫ਼ਲੇ ਵਾਲੀਆਂ ਤਰੀਮਤਾਂ ਪੜਾਅ ਕਰਨ ਸਮੇਂ ਆਪਣੇ ਗਹਿਣੇ ਲਾਹ ਕੇ ਏਥੇ ਰਖ ਕੇ ਭੁੱਲ ਗਈਆਂ ਤੇ ਅਗਾਂਹ ਤੁਰ ਗਈਆਂ। ਇਹਨਾਂ ਔਰਤਾਂ ਦੇ ਕਿਆਮ ਕਰਨ ਦੇ ਨਿਸ਼ਾਨ ਘਰ ਵਿੱਚ ਹੋਰ ਥਾਈਂ ਵੀ ਦਿਸਦੇ ਹਨ...ਕਿਸੇ ਨਾ ਕਿਸੇ ਨੁੱਕਰ ਵਿੱਚ ਉਹਨਾਂ

ਦੇ 'ਐਨਟੀਕ' ਕਿਸਮ ਦੇ ਬੁੰਦੇ, ਵਾਲੀਆਂ, ਵੰਗਾਂ, ਪਰਾਂਦੇ ਪਏ ਨਜ਼ਰ ਆਉਂਦੇ ਹਨ। ਧਿਆਨ ਨਾਲ ਵੇਖਿਆਂ ਵੀ ਇਹਨਾਂ ਵਿੱਚ ਭੁੱਲੀਆਂ ਝਾਂਜਰਾਂ ਦਾ ਜੋੜਾ ਕਿਧਰੇ ਨਜ਼ਰ ਨਹੀਂ ਪੈਂਦਾ, ਪਰ ਇਹਨਾਂ ਝਾਂਜਰਾਂ ਦੇ ਸੰਗੀਤ ਦੀ ਸੁਹਲ, ਸੁਰਮਈ, ਸੁਰੀਲੀ ਆਵਾਜ਼ ਸੁਣੀਂਦੀ ਹੈ-ਦਵਿੰਦਰ ਦੀ ਸਖਸ਼ੀਅਤ ਵਿੱਚੋਂ, ਜਦ ਉਹਦੇ ਨਾਲ ਗੱਲਾਂ ਕਰੀਏ।

ਜਦ ਦਵਿੰਦਰ ਦੀਆਂ ਨਜ਼ਮਾਂ ਪੜ੍ਹੋ ਤਾਂ ਇਹਨਾਂ ਝਾਂਜਰਾਂ ਦੇ ਘੁੰਗਰੂ ਅਹਿਸਤਾ ਅਹਿਸਤਾ ਵਜਦੇ ਸ਼ੋਰੀਲੇ ਹੋ ਜਾਂਦੇ ਹਨ- ਜਜ਼ਬੇ ਤੇ ਸ਼ਿੱਦਤ ਨਾਲ ਭਰੇ ਹੋਏ ਬੋਲ ਬੇਬਾਕ ਹੋ ਬੋਲਦੇ ਹਨ ਉਹਦੀਆਂ ਨਜ਼ਮਾਂ ਦੀਆਂ ਸਤਰਾਂ ਵਿੱਚ :

ਮੇਰੇ ਬੇਵਸ ਭਟਕ ਰਹੇ ਮਨ

ਪਲ ਪਲ ਤਿੜਕ ਰਹੀ

ਆਪਣੀ ਹੋਂਦ ਦਾ ਨਕਸ਼ਾ ਵੇਖ

ਮੈਂ ਕਦ ਤਕ ਇੰਜ ਹੀ

ਧੂਫ ਵਾਂਗ ਧੁਖਦੀ ਰਹਾਂਗੀ

(ਹੋਂਦ)

ਧੂਫ ਖੁਸ਼ਬੂਦਾਰ ਹੈ, ਪਰ ਉਹਦੇ ਸਿਰ ਵਿੱਚ ਲਾਲ ਅੰਗਿਆਰ ਬਲਦਾ ਹੈ, ਉਹ ਧੁਖਦੀ ਹੈ ਤੇ ਸੁਰਮਈ ਮਹਿਕਦਾ ਧੂੰਆਂ ਹੋ ਜਾਂਦੀ ਹੈ:

ਘਰ-ਇਕ ਚਾਰ ਦੀਵਾਰੀ ਦਾ ਨਾਮ ਨਹੀਂ

...   .

ਘਰ ਹੁੰਦਾ ਹੈ

ਜਿਥੇ ਇਕ ਦੂਜੇ ਨੂੰ ਵੇਖਦਿਆਂ ਹੀ

ਪਿਆਰ ਦੀ ਕੰਬਣੀ ਜਿਹੀ

ਛਿੜ ਜਾਂਦੀ ਹੈ...

(ਘਰ)

ਪ੍ਰੇਮ ਦਾ ਲਫਜ਼ ਹਿਫਜ਼ ਕਰਕੇ ਜੇ ਘਰ ਦਾ ਤਸੱਵਰ ਕਰੀਏ ਤਾਂ ਉਹਦੇ ਮਾਅਨੇ ਹੀ ਬਦਲ ਜਾਂਦੇ ਹਨ :

ਕੁਝ ਲੋਕ ਬੇਬਸੀ ਵਿੱਚ

ਆਤਮ ਸਮਰਪਣ ਕਰ ਦਿੰਦੇ ਹਨ

... ...

ਕੁਝ ਹੋਰ ਹਨ

ਜੋ ਆਪਣੇ ਮਹਿਬੂਬ ਦੇ ਨਾਮ ਲਿਖੇ

ਖ਼ਤਾਂ ਦੇ ਸਿਰਨਾਵੇਂ ਬਣ ਜਾਂਦੇ ਹਨ

(ਹਨ੍ਹੇਰਾ)

ਸਿਰਨਾਵੇਂ ਵਾਲਾ ਖ਼ਤ ਤਾਂ ਪਹੁੰਚ ਜਾਂਦਾ ਹੈ ਪਰ ਉਹਦੇ ਵਿੱਚੋਂ ਖ਼ਤ ਲਿਖਣ ਵਾਲੇ ਦਾ ਨਾਂਅ ਗਵਾਚ ਚੁੱਕਿਆ ਹੁੰਦਾ ਹੈ :

ਕੱਲ੍ਹ-ਮੈਨੂੰ ਆਪਣੈ ਚੌਗਿਰਦੇ ਦੀ

ਭਰਪੂਰ ਜਾਣਕਾਰੀ ਸੀ

ਅੱਜ-ਮੇਰਾ ਆਪਣਾ ਆਪ ਹੀ

ਮੇਰੇ ਤੋਂ ਅਣਜਾਣ ਹੈ

(ਕੱਲ੍ਹ ਤੇ ਅੱਜ)

ਦਵਿੰਦਰ ਦੀਆਂ ਨਜ਼ਮਾਂ ਪੜ੍ਹਦਿਆਂ ਮੈਨੂੰ ਇਸ ਤਰ੍ਹਾਂ ਲਗਿਆ ਜਿਵੇਂ ਉਹਦੇ ਘਰ ਵਿੱਚ ਆਪਣੇ ਜ਼ੇਵਰ ਭੁੱਲ ਗਈਆਂ ਔਰਤਾਂ ਆਪਣੀਆਂ ਝਾਂਜਰਾਂ ਪਾ ਕੇ ਆਪ ਤਾਂ ਕਿਧਰੇ ਦੂਰ ਤੁਰ ਗਈਆਂ– ਪਰ ਉਹਨਾਂ ਦੇ ਘੁੰਗਰੂਆਂ ਦੇ ਬੋਲਾਂ ਦਾ ਦਰਦ ਉਹਦੀਆਂ ਨਜ਼ਮਾਂ ਨੂੰ ਬਖਸ਼ ਗਈਆਂ।

ਆਪਣੀ ਪੁਸਤਕ ਦਾ ਨਾਂਅ "ਮੇਰੀਆਂ ਝਾਂਜਰਾਂ ਦੀ ਛਣਛਣ" ਰਖਦਿਆਂ ਦਵਿੰਦਰ ਨੇ ਅਣਜਾਣੇ ਹੀ ਲੋਕ ਗੀਤਾਂ ਵਰਗੇ ਸਮਰੱਥ ਗੀਤ ਲਿਖਣ ਵਾਲੇ ਸ਼ਾਇਰ ਨੰਦ ਲਾਲ ਨੂਰਪੁਰੀ ਦੇ ਗੀਤ ਦੇ ਬੋਲਾਂ ਨੂੰ ਨਵੇਂ ਮਾਅਨੇ ਦੇ ਦਿੱਤੇ ਹਨ:

ਗੋਰੀ ਦੀਆਂ ਝਾਂਜਰਾਂ ਬੁਲਾਂਦੀਆਂ ਗਈਆਂ...

6.11.1997

-ਅਮਰ ਜਿਉਤੀ

ਅਮਸਟਰਡਮ, ਹਾਲੈਂਡ

ਜਨਮ ਪੀੜਾ

ਜਦ ਕਦੇ ਵੀ ਮੈਂ ਕਿਸੇ ਇਨਸਾਨ ਦੀਆਂ ਭਾਵਨਾਵਾਂ ਨੂੰ ਮਸਲੇ ਜਾਂਦਿਆਂ ਹੋਇਆਂ ਵੇਖਿਆ ਤਾਂ ਮੇਰੀਆਂ ਭਾਵਨਾਵਾਂ ਵੀ ਬੜੀ ਸ਼ਿੱਦਤ ਨਾਲ ਝੰਜੋੜੀਆਂ ਗਈਆਂ। ਇੱਕ ਔਰਤ ਹੋਣ ਦੇ ਨਾਤੇ ਜ਼ਿੰਦਗੀ ਮੇਰੇ ਲਈ ਵੀ ਕੋਈ ਫੁੱਲਾਂ ਦੀ ਸੇਜ ਨਹੀਂ। ਮੈਨੂੰ ਜਦ ਕਦੀ ਵੀ ਖ਼ੁਸ਼ੀ ਦੇ ਕੋਈ ਪਲ ਮਿਲੇ ਤਾਂ ਉਸ ਲਈ ਮੈਨੂੰ ਬੜੀ ਕਠਿਨ ਮਿਹਨਤ ਕਰਨੀ ਪਈ।

'ਮੇਰੀਆਂ ਝਾਂਜਰਾਂ ਦੀ ਛਨਛਨ' ਮੇਰੇ ਦਿਲ ਦੀ ਆਵਾਜ਼ ਹੈ। ਮੇਰੀ ਇਹ ਧਾਰਨਾ ਹੈ ਕਿ ਇਨਸਾਨ ਨੂੰ ਸਿਹਤਮੰਦ ਰਹਿਣ ਲਈ, ਆਪਣੇ ਦਿਲ ਉੱਤੇ ਪਿਆ ਕਿਸੇ ਵੀ ਤਰ੍ਹਾਂ ਦਾ ਬੋਝ ਹਲਕਾ ਕਰਨ ਲਈ, ਕੋਈ ਨ ਕੋਈ ਤਰਕੀਬ ਜ਼ਰੂਰ ਲੱਭ ਲੈਣੀ ਚਾਹੀਦੀ ਹੈ। ਕਿਸੀ ਵੀ ਗੱਲ ਬਾਰੇ ਮੈਂ ਜਿਸ ਤਰ੍ਹਾਂ ਵੀ ਮਹਿਸੂਸ ਕਰਦੀ ਹਾਂ, ਬਿਨਾਂ ਕਿਸੀ ਲੁਕ ਲੁਕਾ ਦੇ ਉਸਨੂੰ ਆਪਣੀਆਂ ਨਜ਼ਮਾਂ ਵਿੱਚ ਜ਼ਾਹਿਰ ਕਰ ਦਿੰਦੀ ਹਾਂ। ਮੈਂ ਉਨ੍ਹਾਂ ਵਿੱਚੋਂ ਨਹੀਂ ਹਾਂ ਜੋ ਜ਼ਿੰਦਗੀ ਭਰ ਜ਼ੁਲਮ ਸਹਿੰਦੇ ਰਹਿੰਦੇ ਹਨ ਪਰ ਆਪਣੇ ਦੁੱਖਾਂ ਤਰਲੀਫ਼ਾਂ ਬਾਰੇ ਕਦੇ ਬੋਲਣ ਦੀ ਹਿੰਮਤ ਨਹੀਂ ਕਰਦੇ।

ਬੇਜ਼ੁਬਾਨ ਹੋ ਕੇ ਜ਼ੁਲਮ ਸਹੀ ਜਾਣਾ ਜ਼ੁਲਮ ਕਰਨ ਵਾਲੇ ਨੂੰ ਜ਼ੁਲਮ ਕਰਦੇ ਰਹਿਣ ਲਈ ਉਤਸ਼ਾਹ ਦੇਣਾ ਹੈ ਅਤੇ ਆਪਣੀ ਰੂਹ ਦਾ ਕਤਲ ਕਰਨਾ ਹੈ। ਇਹ ਘੋਰ ਅਪਰਾਧ ਹੈ। ਜਿੰਨਾ ਚਿਰ ਤੱਕ ਅਸੀਂ ਇਹ ਨਹੀਂ ਸਮਝਦੇ ਕਿ ਜ਼ੁਲਮ ਰਹਿਤ ਜ਼ਿੰਦਗੀ ਜਿਊਣਾ ਹਰ ਇਨਸਾਨ ਦਾ ਕੁਦਰਤੀ ਹੱਕ ਹੈ ਉੱਤੋਂ ਤੱਕ ਅਸੀਂ ਆਪਣੇ ਆਪ ਨਾਲ ਵੀ ਬੇਇਨਸਾਫ਼ੀ ਕਰਦੇ ਰਹਾਂਗੇ।

ਮੇਰੀਆਂ ਨਜ਼ਮਾਂ ਮੇਰੀਆਂ ਖ਼ੁਸ਼ੀਆਂ, ਗ਼ਮੀਆਂ, ਆਸ਼ਾਵਾਂ, ਨਿਰਾਸ਼ਾਵਾਂ, ਇਛਾਵਾਂ, ਉਮੰਗਾਂ ਅਤੇ ਭਾਵਨਾਵਾਂ ਦਾ ਹੀ ਪ੍ਰਗਟਾਵਾ ਹੈ। ਇਹ ਨਜ਼ਮਾਂ ਔਰਤ ਦਾ ਔਰਤ ਨਾਲ ਸੰਵਾਦ ਵੀ ਹੈ ਅਤੇ ਔਰਤ ਦਾ ਮਰਦ ਨਾਲ ਵੀ। ਪਿਛਲੇ ਤਕਰੀਬਨ 25 ਵਰ੍ਹਿਆਂ ਤੋਂ ਸਭਿਆਚਾਰ ਦੇ ਖੇਤਰ ਵਿੱਚ ਅਤੇ ਇਕ ਨਰਸ ਦੇ ਤੌਰ ਤੇ ਕੰਮ ਕਰਨ ਸਦਕਾ ਮੈਨੂੰ ਔਰਤ ਅਤੇ ਮਰਦ ਦੇ ਦਰਮਿਆਨ ਪੱਸਰੇ ਹੋਏ ਸੂਖਮ ਰਿਸ਼ਤਿਆਂ ਦੀ ਤੰਦ-ਤਾਣੀ ਅਤੇ ਵਹਿਸ਼ੀਪੁਣੇ ਦੇ ਅਨੇਕਾਂ ਪਹਿਲੂਆਂ ਨੂੰ ਬੜੀ ਗਹਿਰਾਈ ਵਿੱਚ ਸਮਝਣ ਦੇ ਮੌਕੇ ਮਿਲਦੇ ਰਹੇ ਹਨ। ਇਸੇ ਤਰ੍ਹਾਂ ਪੁਲਿਸ ਵਿਭਾਗ ਦੇ ਉਸ ਵਿਭਾਗ ਨਾਲ ਵੀ ਕਈ ਵਰ੍ਹਿਆਂ ਤੋਂ ਵਾਲੰਟੀਅਰ ਦੇ ਤੌਰ ਤੇ ਕੰਮ ਕਰਨ ਦਾ ਵੀ ਮੌਕਾ ਮਿਲਿਆ ਹੈ ਜਿਥੇ ਕਿ ਇਨਸਾਨ ਦੀ ਦਰਿੰਦਗੀ ਦਾ ਸ਼ਿਕਾਰ ਹੋਈਆਂ ਔਰਤਾਂ ਮੱਦਦ ਲਈ ਆਉਂਦੀਆਂ ਹਨ। ਅਜਿਹੀਆਂ ਔਰਤਾਂ ਦੇ ਦਰਦ ਦੀਆਂ ਕਹਾਣੀਆਂ ਸੁਣਦਿਆਂ ਅਨੇਕਾਂ ਵਾਰ ਮੈਂ ਸੁੰਨ ਹੋ ਕੇ ਕਹਿ ਗਈ ਸੀ, ਕਿ ਕੀ ਇਨਸਾਨ ਇਤਨਾ ਵਹਿਸ਼ੀ ਵੀ ਹੋ ਸਕਦਾ ਹੈ?

ਛੋਟੀ ਉਮਰ ਤੋਂ ਹੀ ਮੈਨੂੰ ਡਾਇਰੀ ਲਿਖਣ ਦਾ ਸ਼ੌਕ ਸੀ। ਇਹੀ ਸ਼ੌਕ ਹੌਲੇ ਹੌਲੇ ਮੇਰੀ ਨਜ਼ਮਾਂ ਦੇ ਰੂਪ ਵਿੱਚ ਬਦਲ ਗਿਆ। ਜਦੋਂ ਕਦੀ ਵੀ ਮੈਨੂੰ ਮਹਿਸੂਸ ਹੁੰਦਾ ਕਿ ਮੈਂ ਜੋ ਦਿਲ ਦੀ ਗੱਲ ਕਰਨੀ ਚਾਹੁੰਦੀ ਸੀ ਉਹ ਪੂਰੀ ਤਰ੍ਹਾਂ ਕਹਿ ਨਹੀਂ ਹੋਈ ਜਾਂ ਕੁਝ ਅਜਿਹੀਆਂ

ਭਾਵਨਾਵਾਂ ਜੋ ਸ਼ਬਦਾਂ ਵਿੱਚ ਪ੍ਰਗਟ ਨਹੀਂ ਕੀਤੀਆਂ ਜਾ ਸਕਦੀਆਂ ਉਹ ਵਿੰਗੀਆਂ ਟੇਢੀਆਂ ਰੇਖਾਵਾਂ ਦੇ ਤਾਨੇ-ਬਾਨੇ 'ਚੋਂ ਸ਼ਕਲਾਂ ਦਾ ਰੂਪ ਧਾਰਨ ਲੱਗੀਆਂ; ਅਤੇ ਇਸ ਤਰ੍ਹਾਂ ਮੈਂ ਆਪਣੀਆਂ ਡਰਾਇੰਗਾਂ ਅਤੇ ਨਜ਼ਮਾਂ ਨੂੰ ਇਕੱਠੇ ਰੂਪ ਵਿੱਚ ਦੇਖਣ ਲੱਗੀ।

ਮੈਨੂੰ ਪੂਰੀ ਉਮੀਦ ਹੈ ਕਿ ਪੰਜਾਬੀ ਸਾਹਿਤ ਦੇ ਪਾਠਕ ਮੇਰੀ ਇਸ ਕੌਲਾਜ ਕਿਤਾਬ ਦਾ ਓਨੇ ਹੀ ਚਾਅ ਨਾਲ ਸਵਾਗਤ ਕਰਨਗੇ ਜਿੰਨੇ ਚਾਅ ਨਾਲ ਕਿ ਮੈਂ ਉਨ੍ਹਾਂ ਨੂੰ ਇਹ ਕਿਤਾਬ ਭੇਟਾ ਕਰ ਰਹੀ ਹਾਂ।

ਜੇਕਰ ਸੰਵਾਦ ਦੇ ਸੰਪਾਦਕ ਸੁਖਿੰਦਰ ਮੈਨੂੰ ਪੰਜਾਬੀ ਸ਼ਾਇਰੀ ਵੱਲ ਆਉਣ ਲਈ ਉਤਸ਼ਾਹਿਤ ਨਾ ਕਰਦੇ ਤਾਂ ਮੇਰਾ ਇਹ ਚਿਰਾਂ ਦਾ ਸੁਪਨਾ ਸ਼ਾਇਦ ਅਧਵਾਟੇ ਹੀ ਰਹਿ ਜਾਂਦਾ। ਇਸ ਪੁਸਤਕ ਦੀ ਵਿਉਂਤਬੰਦੀ ਕਰਨ, ਸੰਪਾਦਕੀ ਕਰਨ, ਮੇਰੀਆਂ ਕੁਝ ਨਜ਼ਮਾਂ ਅਤੇ ਡਾਇਰੀ ਦੇ ਪੰਨਿਆਂ ਨੂੰ ਅੰਗਰੇਜ਼ੀ ਰੂਪ ਤੋਂ ਪੰਜਾਬੀ ਰੂਪ ਵਿੱਚ ਢਾਲਣ ਲਈ, ਅਤੇ ਮੇਰੀਆਂ ਡਰਾਇੰਗਾਂ ਦੇ ਪਹਿਲੇ ਆਲੋਚਕ ਅਤੇ ਸਲਾਹਕਾਰ ਦੇ ਤੌਰ ਤੇ ਕੰਮ ਕਰਦਿਆਂ ਸੁਖਿੰਦਰ ਹੋਰਾਂ ਕਦਮ ਕਦਮ ਉੱਤੇ ਜਿਸ ਸ਼ਿੱਦਤ ਅਤੇ ਸੰਜੀਦਗੀ ਨਾਲ ਮੇਰੀ ਅਗਵਾਈ ਕੀਤੀ ਹੈ ਅਤੇ ਸ਼ਾਇਰੀ ਦੇ ਅਨੇਕਾਂ ਕਲਾਤਮਕ ਪਹਿਲੂਆਂ ਬਾਰੇ ਮੇਰੀ ਚੇਤਨਾ ਤਿੱਖੀ ਕੀਤੀ ਹੈ ਉਸ ਲਈ ਮੈਂ ਉਨ੍ਹਾਂ ਦੀ ਅਹਿਸਾਨਮੰਦ ਹਾਂ।

ਇਸ ਪੁਸਤਕ ਲਈ ਆਪਣੇ ਕੀਮਤੀ ਵਿਚਾਰ ਲਿਖਣ ਲਈ ਡਾ. ਸੁਤਿੰਦਰ ਸਿੰਘ ਨੂਰ, ਸੁਖਿੰਦਰ (ਕੈਨੇਡਾ) ਅਤੇ ਅਮਰ ਜਿਉਤੀ (ਹਾਲੈਂਡ) ਦੀ ਮੈਂ ਤਹਿ ਦਿਲੋਂ ਧਨਵਾਦੀ ਹਾਂ।

ਇਸ ਪੁਸਤਕ ਦੀ ਵਧੀਆ ਛਪਾਈ ਅਤੇ ਪ੍ਰਕਾਸ਼ਨਾ ਕਰਨ ਲਈ ਮੈਂ ਸਵਰਨਜੀਤ ਸਵੀ ਹੋਰਾਂ ਦੀ ਸ਼ੁਕਰਗੁਜ਼ਾਰ ਹਾਂ।

ਮੈਨੂੰ ਇਸ ਗੱਲ ਦਾ ਵੀ ਮਾਣ ਹੈ ਕਿ ਮੇਰੇ ਪਤੀ ਕਸਮੀਰ ਅਤੇ ਬੱਚਿਆਂ ਪਾਲ ਅਤੇ ਐਰਨ ਨੇ ਇਸ ਪੁਸਤਕ ਦੀ ਤਿਆਰੀ ਦੌਰਾਨ ਹਰ ਔਖ ਸੌਖ ਵਿੱਚ ਮੇਰਾ ਸਾਥ ਦਿੱਤਾ ਹੈ।

ਮਈ 1, 1998

-ਦਵਿੰਦਰ ਬਾਂਸਲ
ਸਕਾਰਬਰੋਅ, ਕੈਨੇਡਾ

ਤੜਪ

ਕੋਈ ਵੀ ਮੇਰੇ ਦਰਦ ਨੂੰ ਨਹੀਂ ਜਾਣਦਾ

ਮੇਰੀ ਰੂਹ ਪਿੰਜੀ ਜਾ ਚੁੱਕੀ ਹੈ

ਮੇਰਾ ਜਿਸਮ ਟੁੱਕੜੇ ਟੁੱਕੜੇ ਹੋ ਚੁੱਕਾ ਹੈ

ਮੇਰੇ ਸ਼ਬਦ ਮੇਰੇ ਹੋਂਠਾਂ ਤੇ ਆ ਕੇ ਰੁਕ ਜਾਂਦੇ ਹਨ

ਮੇਰੇ ਖ਼ੂਨ ਦੀ ਹਰਕਤ ਮੱਧਮ ਪੈ ਜਾਂਦੀ ਹੈ

ਮੇਰਾ ਸਾਹ ਰੁਕ ਜਾਂਦਾ ਹੈ

ਮੈਂ ਨਢਾਲ ਹੋ ਜਾਂਦੀ ਹਾਂ

ਮੈਂ ਨਿਰਜਿੰਦ ਹੋ ਜਾਂਦੀ ਹਾਂ

ਮੇਰੇ ਜਖ਼ਮਾਂ ਦੀਆਂ ਪੀੜਾ ਮੇਰੀ ਰੂਹ ਨੂੰ

ਵਿੰਨੑ ਵਿੰਨੑ ਕੇ ਛਾਨਣਾ ਕਰਦੀ ਰਹਿੰਦੀ ਹੈ

ਮੇਰੀਆਂ ਖ਼ੁਸ਼ੀਆਂ, ਮੇਰੇ ਗਮ

ਮੇਰੀ ਛਾਨਣਾ ਹੋਈ ਰੂਹ 'ਚੋਂ

ਬਿਨਾਂ ਕੋਈ ਛਾਪ ਛੱਡੇ ਕਿਰ ਜਾਂਦੇ ਹਨ।

ਮੌਤ

ਤੂੰ ਮੇਰੇ ਤੋਂ ਬਹੁਤੀ ਦੂਰ ਨਹੀਂ
ਤੂੰ ਮੇਰੀ ਦਹਿਲੀਜ਼ 'ਤੇ ਖੜ੍ਹੀ ਹੈਂ
ਮੈਂ ਜਾਣਦੀ ਹਾਂ
ਜਿਸ ਦਿਨ ਮੈਂ ਹੱਠ ਛੱਡ ਦਿੱਤਾ
ਤੂੰ ਮੇਰੇ ਉੱਤੇ ਬਾਜ਼ ਵਾਂਗ
ਝਪਟ ਪਵੇਂਗੀ।

ਹੋਂਦ

ਮੇਰੇ ਬੇਵੱਸ, ਭਟਕ ਰਹੇ ਮਨ
ਪਲ, ਪਲ ਤਿੜਕ ਰਹੀ
ਆਪਣੀ ਹੋਂਦ ਦਾ ਨਕਸ਼ਾ ਦੇਖ

ਮੈਂ ਕਦ ਤੱਕ ਇੰਝ ਹੀ
ਧੂਫ ਵਾਂਗ ਧੁਖਦੀ ਰਹਾਂਗੀ ?

ਕਦੀ ਵੀ ਸ਼ਾਂਤ ਹੋਣ ਤੋਂ
ਇਨਕਾਰੀ ਹੋ ਰਹੇ
ਮੇਰੇ ਅਸ਼ਾਂਤ ਮਨ–
ਮੈਂ ਆਪਣੇ ਆਪ ਤੋਂ ਹੀ ਬਾਰ ਬਾਰ ਪੁੱਛਦੀ ਹਾਂ:
ਮੇਰੀ ਰਗ ਰਗ ਵਿੱਚ
ਜੋ ਭਿਆਨਕ ਤੂਫ਼ਾਨ
          ਜਨਮ ਲੈ ਰਿਹਾ ਹੈ
ਜੋ ਜਵਾਲਾ ਮੁਖੀ ਫਟ ਰਿਹਾ ਹੈ
ਜੋ ਅੱਗ ਦਾ ਦਰਿਆ ਵਗ ਰਿਹਾ ਹੈ
ਕੀ ਇਹ ਕਿਸੇ ਵਿਸਫੋਟ ਦਾ ਕੋਈ ਸੁਨੇਹਾ ਮਿਲ ਰਿਹਾ ਹੈ ?

ਪਰ ਮੈਂ ਜਾਣਦੀ ਹਾਂ
ਮੇਰੇ ਰੋਗ ਦਾ ਦਾਰੂ
ਮੇਰੇ ਆਪਣੇ ਹੀ ਕੋਲ ਹੈ
ਮੇਰੇ ਮਨ ਦੀ ਕਿਸੇ ਨੁੱਕਰ 'ਚ
ਸੁਲਗ ਰਹੇ ਕੁਝ ਸ਼ਬਦਾਂ ਦੇ ਅਰਥਾਂ ਵਿੱਚ

ਮੇਰੇ ਬੇਵੱਸ, ਭਟਕ ਰਹੇ ਮਨ
ਪਲ, ਪਲ ਤਿੜਕ ਰਹੀ
ਆਪਣੀ ਹੋਂਦ ਦਾ ਨਕਸ਼ਾ ਦੇਖ
ਮੈਂ ਕਦ ਤੱਕ ਇੰਝ ਹੀ
ਧੂਫ ਵਾਂਗ ਧੁਖਦੀ ਰਹਾਂਗੀ ?

ਮੇਰੇ ਸੁਫਨੇ

ਮੇਰੇ ਸੁਫਨੇ
ਮੇਰੇ ਪੈਰਾਂ 'ਚ ਪਈਆਂ ਝਾਂਜਰਾਂ ਵਾਂਗ
ਛਣਛਣ ਕਰਦੇ ਹਨ

ਛਣਛਣ 'ਚੋਂ ਇਕ ਗੀਤ ਦੀ ਆਵਾਜ਼ ਆਉਂਦੀ ਹੈ:
ਬਹਾਰ ਦੀ ਰੁੱਤ ਆ ਰਹੀ ਹੈ
ਹਜ਼ਾਰਾਂ ਰੰਗਾਂ ਦੇ ਫੁੱਲ ਖਿੜਨ ਵਾਲੇ ਹਨ
ਜਿਵੇਂ ਮੇਰੀਆਂ ਅੱਧ ਜਾਗੀਆਂ ਅੱਖਾਂ 'ਚ ਜਗਾ ਰਹੇ ਹਨ
ਕਿਸੇ ਸੂਰਜਮੁਖੀ ਦੇ ਨਕਸ਼।

ਰਿਸ਼ਤੇ

ਸੜਕਾਂ ਤੇ ਤੁਰਦਿਆਂ
ਕਾਰ ਚਲਾਂਦਿਆਂ
ਜਾਗਦਿਆਂ
ਸੁੱਤਿਆਂ
ਖਾਂਦਿਆਂ
ਪੀਂਦਿਆਂ
ਨਹਾਂਦਿਆਂ
ਸਿਰ ਵਾਹੁੰਦਿਆਂ
ਟੈਲੀਫੂਨ ਸੁਣਦਿਆਂ
ਲਿਖਦਿਆਂ
ਪੜ੍ਹਦਿਆਂ
ਚੁੰਮਨ ਲੈਂਦਿਆਂ
ਚੁੰਮਨ ਦੇਂਦਿਆਂ
ਮੈਂ ਆਪਣੇ ਆਪ ਨੂੰ ਹੀ ਆਵਾਜ਼ਾਂ ਮਾਰਦੀ
ਅਤੇ ਪੁੱਛਦੀ ਹਾਂ :
ਦਵਿੰਦਰ, ਦਵਿੰਦਰ
ਇਹ ਔਰਤ ਕੀ ਹੁੰਦੀ ਹੈ ?
ਇਹ ਮਰਦ ਕੀ ਹੁੰਦਾ ਹੈ ?
ਇਹ ਮਾਂ ਕੀ ਹੁੰਦੀ ਹੈ ?
ਇਹ ਪਿਉ ਕੀ ਹੁੰਦਾ ਹੈ ?
ਇਹ ਭੈਣ ਕੀ ਹੁੰਦੀ ਹੈ ?
ਇਹ ਭਰਾ ਕੀ ਹੁੰਦਾ ਹੈ ?
ਇਹ ਪਤੀ ਕੀ ਹੁੰਦਾ ਹੈ ?
ਇਹ ਪਤਨੀ ਕੀ ਹੁੰਦੀ ਹੈ ?

ਇਹ ਬੱਚੇ ਕੀ ਹੁੰਦੇ ਨੇ ?
ਇਹ ਸੱਸ ਕੀ ਹੁੰਦੀ ਹੈ ?
ਇਹ ਨਨਾਣ ਕੀ ਹੁੰਦੀ ਹੈ ?

ਇਹ ਖ਼ੂਨ ਕੀ ਹੁੰਦਾ ਹੈ ?
ਇਹ ਪਾਣੀ ਕੀ ਹੁੰਦਾ ਹੈ ?
ਇਹ ਰਾਤ ਕੀ ਹੁੰਦੀ ਹੈ ?
ਇਹ ਦਿਨ ਕੀ ਹੁੰਦਾ ਹੈ ?
ਇਹ ਬੇਕਦਰਾ ਕੌਣ ਹੁੰਦਾ ਹੈ ?
ਇਹ ਕਦਰਦਾਨ ਕੌਣ ਹੁੰਦਾ ਹੈ ?
ਇਹ ਕਸੂਰਵਾਰ ਕੌਣ ਹੁੰਦਾ ਹੈ ?
ਇਹ ਬੇਕਸੂਰ ਕੌਣ ਹੁੰਦਾ ਹੈ ?
ਇਹ ਦਰਦਮੰਦ ਕੌਣ ਹੁੰਦਾ ਹੈ ?
ਇਹ ਬੇਦਰਦ ਕੌਣ ਹੁੰਦਾ ਹੈ ?
 ਇਹ ਆਪਣਾ ਕੌਣ ਹੁੰਦਾ ਹੈ ?
ਇਹ ਪਰਾਇਆ ਕੌਣ ਹੁੰਦਾ ਹੈ ?
ਇਹ ਪਿਆਰ ਕੀ ਹੁੰਦਾ ਹੈ ?
ਇਹ ਦੋਸਤੀ ਕੀ ਹੁੰਦੀ ਹੈ ?
ਇਹ ਜ਼ਿੰਦਗੀ ਕੀ ਹੁੰਦੀ ਹੈ ?
ਇਹ ਮੌਤ ਕੀ ਹੁੰਦੀ ਹੈ ?
ਇਹ ਸੁਫ਼ਨੇ ਕੀ ਹੁੰਦੇ ਨੇ ?
ਇਹ ਹਕੀਕਤ ਕੀ ਹੁੰਦੀ ਹੈ ?
ਇਹ ਸੱਚ ਕੀ ਹੁੰਦਾ ਹੈ ?
ਇਹ ਝੂਠ ਕੀ ਹੁੰਦਾ ਹੈ ?

ਲਾਰੇਬਾਜ਼

ਕੀ ਕਿਸੇ ਦੀ ਦੋਸਤੀ
ਕੀ ਨੇ ਰਿਸ਼ਤੇਦਾਰੀਆਂ

ਕੌਣ ਸਨ ਉਹ
ਜੋ ਆਖਦੇ ਸਨ
ਹਮੇਸ਼ਾ ਰਹਾਂਗੇ ਨਾਲ ਤੇਰੇ
ਜਾਨ ਵੀ ਮੰਗੋਂਗੀ ਜਦੋਂ
ਹੱਸ ਕੇ ਹੋ ਜਾਵਾਂਗੇ ਕੁਰਬਾਨ

ਜ਼ਿੰਦਗੀ ਦੇ ਸਫ਼ਰ 'ਚ ਆਏ
ਇੱਕ ਹੀ ਤੂਫ਼ਾਨ ਨੇ
ਸਮੇਂ ਦੀ ਤੱਕੜੀ ਦੇ ਪੱਲੜਿਆਂ ਵਿੱਚ ਪਾ
ਸ਼ਬਦਾਂ ਵਿਚਲੇ ਸੱਚ ਨੂੰ ਜਦ ਤੋਲਿਆ

ਤਾਂ ਜਾਪਿਆ
ਇਹ ਤਾਂ ਸਭ ਝੂਠ ਹੈ
ਇਹ ਤਾਂ ਸਭ ਝੂਠ ਹੈ

ਮਨ ਨੂੰ ਮਿਲਿਆ ਸਕੂਨ
ਬਸ ਏਨਾ ਕੁ ਸੋਚ ਕੇ:

ਹੱਸਦਿਆਂ ਨਾਲ ਸਾਰਾ ਜੱਗ ਹੱਸੇ
ਰੋਂਦਿਆਂ ਸਾਥ ਨ ਕੋਈ

ਸਿਤਰਾਂ ਦਾ ਮੇਲਾ ਵੀ ਖਿੰਡ ਪੁੰਡ ਜਾਵੇ
ਮਨ ਦੇ ਉਬਾਲਾਂ ਦੀ ਧੁਨੀ ਦੇ ਸੇਕ ਨਾਲ
ਖਿੰਡ ਪੁੰਡ ਜਾਂਦਾ
ਜਿਵੇਂ ਮਖੀਲ ਦਾ ਭੌਣ

ਇਕੱਲਤਾ ਦੇ ਰੇਗਿਸਥਾਨਾਂ 'ਚ ਭਟਕ
ਛਾਲੇ ਛਾਲੇ ਹੋ
ਪਲ ਪਲ
ਰਿਸ ਰਿਸ
ਮਰਨਾ ਪੈਂਦਾ

ਆਪਣੇ ਹੀ
ਜ਼ਖ਼ਮਾਂ ਦੀ ਢਾਲ ਬਣਾ
ਜ਼ਿੰਦਗੀ ਦੀ
ਯੁੱਧ ਭੂਮੀ 'ਚ
ਉਤਰਨਾ ਪੈਂਦਾ।

ਘਰ

ਘਰ, ਇੱਕ ਚਾਰ ਦੀਵਾਰੀ ਦਾ ਨਾਮ ਨਹੀਂ
ਮੀਂਹ ਹਨੇਰੀ ਤੋਂ ਬਚਣ ਲਈ ਮਿਲੀ ਹੋਈ
ਛੱਤ ਦਾ ਨਾਮ ਵੀ ਘਰ ਨਹੀਂ ਹੁੰਦਾ
ਧਾਰਮਿਕ ਬਾਬਿਆਂ ਦੀਆਂ ਤਸਵੀਰਾਂ ਨਾਲ
ਭਰੀਆਂ ਹੋਈਆਂ ਕੰਧਾਂ ਦਾ ਨਾਮ ਵੀ ਘਰ ਨਹੀਂ ਹੁੰਦਾ

ਇੱਕੋ ਛੱਤ ਥੱਲੇ ਪਤੀ, ਪਤਨੀ ਅਤੇ ਬੱਚਿਆਂ ਦਾ
ਮਹਿਜ਼ ਇਕੱਠੇ ਰਹਿਣਾ ਵੀ ਘਰ ਨਹੀਂ ਹੁੰਦਾ
ਨ ਹੀ ਘਰ ਹੁੰਦਾ ਹੈ ਸਟੀਰੀਓ, ਟੀ.ਵੀ...ਵੀਡੀਓ,
        ਅਤੇ ਆਲੀਸ਼ਾਨ ਗਲੀਚਿਆਂ ਦਾ ਵਿਛੇ ਹੋਣਾ
ਸ਼ਰਾਬ ਦੀਆਂ ਬੋਤਲਾਂ, ਭੁੰਨੇ ਹੋਏ ਮੁਰਗਿਆਂ ਅਤੇ
ਕੁਲਚੇ ਛੋਲਿਆਂ ਦਾ ਮੇਜ਼ਾਂ ਉੱਤੇ ਪਰੋਸਿਆ ਜਾਣਾ ਵੀ ਘਰ ਨਹੀਂ ਹੁੰਦਾ

ਘਰ ਹੁੰਦਾ ਹੈ :
ਜਿੱਥੇ ਤੁਹਾਡਾ ਦਿਲ ਗੁਲਾਬ ਦੇ ਫੁੱਲ ਵਾਂਗ ਖਿੜ ਉਠਦਾ ਹੈ
ਜਿੱਥੇ ਰੁੱਖੀ-ਸੁੱਖੀ ਵੀ ਚੋਪੜੀਆਂ ਦੇ ਬਰਾਬਰ ਹੁੰਦੀ ਹੈ
ਜਿੱਥੇ ਇਕ ਦੂਜੇ ਦੇ ਦਿਲ ਦੀ ਧੜਕਣ ਸੁਣਾਈ ਦਿੰਦੀ ਹੈ
ਜਿੱਥੇ ਇਕ ਦੂਜੇ ਨੂੰ ਦੇਖਦਿਆਂ ਹੀ
ਪਿਆਰ ਦੀ ਕੰਬਣੀ ਜਿਹੀ ਛਿੜ ਜਾਂਦੀ ਹੈ
ਜਿੱਥੇ ਮੁੜਨ ਲਈ ਦਿਲ ਬੇਚੈਨ ਹੁੰਦਾ ਹੈ
ਜਿੱਥੇ ਆ ਕੇ ਤੁਹਾਡੇ ਮਨ ਨੂੰ ਸਕੂਨ ਮਿਲਦਾ ਹੈ
ਜਿੱਥੇ ਕਿਸੇ ਦਾ ਹੱਥ ਤੁਹਾਡੇ ਸਵਾਗਤ ਲਈ ਵਧਿਆ ਹੁੰਦਾ ਹੈ
ਜਿੱਥੇ ਬੰਦਾ ਬਿਨਾਂ ਕਿਸੇ ਉਚੇਚ ਦੇ ਧੁੱਸ ਸਕਦਾ ਹੈ
ਜਿੱਥੇ ਬੰਦੇ ਦੀਆਂ ਆਸਾਂ, ਮੁਰਾਦਾਂ ਅਤੇ ਚਾਹਤਾਂ ਦੀ ਪੂਰਤੀ ਹੁੰਦੀ ਹੈ
ਜਿੱਥੇ ਆ ਕੇ ਬੰਦੇ ਨੂੰ ਆਜ਼ਾਦੀ ਦਾ ਅਹਿਸਾਸ ਹੁੰਦਾ ਹੈ
ਜਿੱਥੇ ਤੁਸੀਂ ਜ਼ਿੰਦਗੀ ਵਿੱਚ ਹਰ ਰੰਗ ਭਰ ਦੇਣ ਵਾਲੀ
        ਕਲੀ ਦੇ ਰੰਗਾਂ ਵਿੱਚ ਆਪਣੇ ਆਪ ਨੂੰ ਰੰਗ ਸਕਦੇ ਹੋ
ਜਿੱਥੇ ਤੁਸੀਂ ਰੂਹ ਵਿੱਚ ਖ਼ੁਸ਼ਬੂ ਭਰਨ ਵਾਲੇ ਫੁੱਲ ਨੂੰ
        ਬਿਨਾਂ ਕਿਸੇ ਝਿਜਕ ਦੇ ਜੀਅ ਭਰ ਕੇ ਚੁੰਮ ਸਕਦੇ ਹੋ।
ਜਿੱਥੇ ਤੁਸੀਂ ਆਪਣੇ ਆਪ ਨੂੰ ਵੀ ਮਿਲ ਸਕਦੇ ਹੋ।

DAWINDER BANSAL '98

ਹਨੇਰਾ

ਕੁਝ ਲੋਕ ਆਪਣੀਆਂ ਅੰਦਰਲੀਆਂ
ਡੂੰਘੀਆਂ ਭਾਵਨਾਵਾਂ ਨਾਲ
ਰਿਸ਼ਤਾ ਭੁੱਲ ਜਾਂਦੇ ਹਨ

ਕੁਝ ਲੋਕ ਬੇਬਸੀ ਵਿੱਚ
ਆਤਮ ਸਮਰਪਣ ਕਰ ਦਿੰਦੇ ਹਨ

ਕੁਝ ਹੋਰ
ਜੋ ਇਸ ਬੇਦਰਦ, ਬੇਰਹਿਮ
ਦੁਨੀਆਂ ਤੋਂ ਕਤਲ ਨਹੀਂ ਹੁੰਦੇ
ਉਹ ਬਚਦੇ ਬਚਾਂਦੇ
ਅਤੇ ਡਰ ਨਾਲ ਸਹਿਮੇ ਹੋਏ
ਪੱਥਰ ਬਣ ਜਾਂਦੇ ਹਨ
ਮਕਾਨਾਂ ਦੀਆਂ ਨੀਹਾਂ 'ਚ ਪਈ
ਬੱਜਰੀ ਬਣ ਜਾਂਦੇ ਹਨ
ਘਰਾਂ ਦੇ ਬਾਹਰ ਰੱਖੇ ਗਾਰਬੇਜ ਕੈਨ ਵਿੱਚ ਪਏ
ਅੱਧ ਜਲੇ ਸਿਗਰਟਾਂ ਦੇ ਟੁੱਕੜੇ ਬਣ ਜਾਂਦੇ ਹਨ

ਕੁਝ ਹੋਰ ਹਨ,
ਜੋ ਆਪਣੇ ਮਹਿਬੂਬ ਦੇ ਨਾਮ ਅਣਲਿਖੇ
ਖ਼ਤਾਂ ਦੇ ਸਿਰਨਾਵੇਂ ਬਣ ਜਾਂਦੇ ਹਨ।

ਮੇਰੇ ਸੁਪਨਿਆਂ ਦਾ ਸਿਕੰਦਰ

ਮੇਰੇ ਸੁਪਨਿਆਂ ਦਾ ਸਿਕੰਦਰ, ਮੇਰਾ ਪਤੀ
ਮੈਥੋਂ ਪੁੱਛਦਾ ਹੈ:
ਇਸ ਸਮਾਜ ਨੇ ਤੈਨੂੰ ਕੀ ਦੇਣਾ ਹੈ ?
ਇਨ੍ਹਾਂ ਰਿਸ਼ਤੇਦਾਰੀਆਂ ਨੇ ਤੈਨੂੰ ਕੀ ਦੇਣਾ ਹੈ ?
ਇਨ੍ਹਾਂ ਬੱਚਿਆਂ ਨੇ ਤੈਨੂੰ ਕੀ ਦੇਣਾ ਹੈ ?

ਮੇਰਾ ਜੁਆਬ:
ਇਸ ਸਮਾਜ ਨੇ ਮੇਰੇ 'ਤੇ ਉਜ਼ਾਂ ਲਾਈਆਂ
ਇਨ੍ਹਾਂ ਰਿਸ਼ਤੇਦਾਰੀਆਂ ਨੇ ਮੈਨੂੰ ਤਾਹਨੇ ਮਿਹਨੇ ਦਿੱਤੇ
ਇਨ੍ਹਾਂ ਬੱਚਿਆਂ ਨੇ ਦਿੱਤੀਆਂ ਜ਼ਿੰਮੇਵਾਰੀਆਂ

ਜ਼ਿੰਦਗੀ ਵਿੱਚ
ਇਨ੍ਹਾਂ ਕੁਝ ਲੈ ਕੇ
ਕੀ ਮੈਨੂੰ ਅਜੇ ਵੀ
ਕਿਸੇ ਚੀਜ਼ ਦੀ ਤੋਟ ਹੈ ?

ਤਨਾਓ

ਜ਼ਿੰਦਗੀ ਦੇ ਕੰਡਿਆਲੇ ਰਾਹਾਂ ਤੇ ਤੁਰਦਿਆਂ
ਦਰਦਾਂ ਨਾਲ ਪੱਛਿਆ ਮੇਰਾ ਸੀਨਾ
ਹੌਕੇ ਭਰ ਭਰ ਇਤਰਾਜ਼ ਕਰਦਾ ਹੈ ਕਿ
ਜਦੋਂ ਤੱਕ,
ਮੈਂ
ਆਪਣੀਆਂ ਕਸ਼ਮਕਸ਼ਾਂ
ਆਪਣੀਆਂ ਆਸਾਂ ਦੇ ਆਧਾਰ
ਆਪਣੀਆਂ ਇਛਾਵਾਂ ਅਤੇ ਉਮੰਗਾਂ ਨੂੰ
ਅਲਫ਼ ਨੰਗਿਆਂ ਕਰ
ਆਪਣੇ ਆਪ ਦੀ ਤਲਾਸ਼ ਨਹੀਂ ਕਰਦੀ
ਮੈਂ ਸੰਤੁਸ਼ਟੀ ਨੂੰ ਗਲਵੱਕੜੀ ਨਹੀਂ ਪਾ ਸਕਾਂਗੀ

ਸੰਘਣੀਆਂ ਵਾੜਾਂ 'ਚ ਘਿਰੀ ਮੇਰੀ ਜਿੰਦ
ਇਹ ਸੋਚ ਕੇ ਵੀ ਸੁੰਨ ਹੋ ਜਾਂਦੀ ਹੈ ਕਿ
ਵਧੀਕ ਤਨਾਓ ਨਾਲ ਕੱਸੀਆਂ ਹੋਈਆਂ
ਜ਼ਿੰਦਗੀ ਦੇ ਸਾਜ਼ ਦੀਆਂ ਤਾਰਾਂ
ਟੁੱਟ ਜਾਣਗੀਆਂ

ਢਿੱਲਿਆਂ ਛੱਡਿਆਂ
ਤਾਂ ਕੋਈ ਸੰਗੀਤ ਹੀ ਪੈਦਾ ਨਹੀਂ ਹੋਵੇਗਾ
ਜ਼ਿੰਦਗੀ ਬਸ ਨਿਰੀ ਘੂੰ ਘੂੰ ਬਣਕੇ ਹੀ ਰਹਿ ਜਾਵੇਗੀ

ਮਿੱਟੀ ਦਾ ਬਾਵਾ

ਝੋਕੀ ਹੋਈ ਰੂਹ ਨੂੰ
ਤੰਦੂਰ 'ਚੋ ਲਾਹ
ਮਾਰ ਮਾਰ ਫੂਕਾਂ
ਲਾਖ ਨੂੰ ਠਰਾਂਦੀਆਂ

ਲੂਹੇ ਹੋਏ ਹੱਡ
ਰੱਤੀ ਰੱਤੀ, ਭੋਰ ਭੋਰ
ਲਾਹ ਲਾਹ ਬੂਰ ਨੂੰ
ਢੇਰੀਆਂ ਲਗਾਂਦੀਆਂ

ਗੁੰਨ੍ਹ ਗੁੰਨ੍ਹ ਹੰਝੂਆਂ 'ਚ
ਪੁਤਲਾ ਬਣਾ
ਭੂਰੇ ਰੰਗ ਵਾਲੇ ਨੂੰ
ਮਲ ਮਲ ਨਹਾਂਦੀਆਂ
ਖੁਰੀਂ ਨਾ ਤੂੰ ਸੋਹਣਿਆਂ
ਔਸੀਆਂ ਮੈਂ ਪਾਂਦੀਆਂ

ਮੇਰੇ ਦਿਲ ਦੇ ਵਿਹੜੇ 'ਚ
ਫੱਬ ਫੱਬ ਬੈਠ ਤੂੰ
        ਮੇਰੇ ਜਾਨੀਆਂ
ਆਪਣੀਆਂ ਰੀਝਾਂ ਤੇ ਉਮੰਗਾ ਦਾ
ਤੇਰੇ ਗਲ ਝੱਗਾ ਮੈਂ ਪੁਆਂਦੀਆਂ
ਬੇਚੈਨੀ ਦਿਆਂ ਗੋਤਿਆਂ 'ਚੋਂ
ਕੱਢ ਕੱਢ
ਸ਼ਿੰਗਾਰਾਂ ਰੱਤੀ ਰੂਹ
ਤੇਰੇ ਅੰਗੀਂ ਲਾਂਦੀਆਂ

ਸਜ ਸਜ ਜਾ ਤੂੰ
        ਮੇਰੇ ਸੋਹਣਿਆਂ
ਤਰਲੇ ਮੈਂ ਪਾਵਾਂ ਤੇਰੇ
ਲਾਡ ਦੇ ਹੁਲਾਰੇ ਦੇ ਦੇ

ਹਿੱਕ ਨਾਲ ਲਾਂਦੀਆਂ
ਰੁੱਸੀਂ ਨ ਤੂੰ ਮੇਰੀਏ ਖੁਸ਼ਬੋਏ
ਤੇਰੇ ਬਿਨੁ ਰਾਤਾਂ
ਜਿੰਦ ਕੱਢ ਕੱਢ ਜਾਂਦੀਆਂ

ਮੇਰੀਆਂ ਤਾਂ ਮੁੱਕ ਗਈਆਂ
ਆਪਣੀਆਂ ਦੱਸ ਲੈ ਤੂੰ
ਫੋਲ ਫੋਲ
              ਮੇਰੇ ਮਹਿਰਮਾ
ਮੈਂ ਵਾਸਤੇ ਪਈ ਪਾਂਦੀਆਂ
ਟੁੱਟ ਟੁੱਟ ਜਾਵੇ ਜਿੰਦ ਮੇਰੀ
ਸੀਤੇ ਬੁੱਲ੍ਹੀਂ
ਜਿਵੇਂ ਬੁਲਬੁਲਾਂ ਕੁਰਲਾਂਦੀਆਂ

ਭੋਰਾ ਜਿਹਾ ਖੌਫ਼ ਕਰ
ਮੇਰੇ ਮਨ ਦਿਆਂ ਦੀਵਿਆ ਵੇ
ਤੇਰੀ ਹਾਂ ਹੁੰਗਾਰੇ ਬਿਨੁ
ਜ਼ਿੰਦਗੀ ਦੀ ਲੈ ਤਾਲ
ਮੁੱਕ ਮੁੱਕ ਜਾਂਦੀਆਂ

ਝੁਕੀ ਹੋਈ ਰੂਹ ਨੂੰ
ਤੰਦੂਰ 'ਚੋਂ ਲਾਹ
ਮਾਰ ਮਾਰ ਫੂਕਾਂ
ਲਾਖ ਨੂੰ ਠਰਾਂਦੀਆਂ

ਖੇੜਾ

ਤੂੰ ਇਕ ਸੂਰਜ ਦੀ ਤਰ੍ਹਾਂ ਹੈਂ

ਤੇਰੇ ਵੱਲ ਜਾਂਦਿਆਂ
ਮੇਰੇ ਬੋਝਾਂ ਦਾ ਪ੍ਰਛਾਵਾਂ
ਦੂਰ ਹੀ ਦੂਰ ਚਲਾ ਜਾਂਦਾ ਹੈ

ਸੱਖਣਾ

ਤੂੰ ਮਰਦ ਹੈਂ–
ਤਾਂ ਤੇਰੇ ਜਜ਼ਬਾਤ ਕਿੱਥੇ ਨੇ ?

ਤੇਰੇ ਜਿਸਮ ਨਾਲ ਖਹਿੰਦਿਆਂ
ਮੈਂ ਆਪਣੇ ਆਪ ਤੋਂ ਹੀ ਪੁੱਛਦੀ ਹਾਂ।

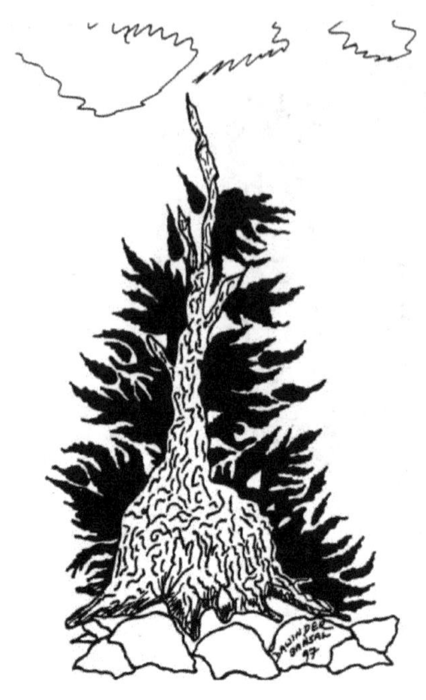

ਕੁਝ ਪਲ

ਕੁਝ ਪਲ
ਦਿਨ ਸੁਨਹਿਰੀ ਕਰ ਜਾਂਦੇ ਨੇ
ਅਤੇ ਰਾਤਾਂ ਚਾਨਣੀਆਂ-

ਪਰ

ਤੇਰੇ ਸੰਗ ਬੀਤੇ ਪਲ
ਇਕ ਸ਼ਾਂਤ ਰੂਹ ਨੂੰ ਭੜਕਾ ਕੇ
ਵਾ 'ਵਰੋਲੇ ਦੇ ਘੱਟੇ ਵਿੱਚ ਜਕੜ
ਤੂਫ਼ਾਨ ਦੀ ਦੁਨੀਆਂ ਵਿੱਚ ਧੱਕ ਦਿੰਦੇ ਹਨ।

ਮਮਤਾ

ਕੰਨਾਂ ਵਿੱਚ ਉਂਗਲਾਂ ਪਾਇਆਂ ਵੀ
ਇਕ ਆਵਾਜ਼,
ਮੇਰਾ ਪਿੱਛਾ ਕਰਦੀ ਹੈ
ਪੱਥਰ ਵਰਗੇ ਸਖ਼ਤ ਦਿਲ ਨੂੰ ਵੀ
ਚੀਰਕੇ ਲੰਘ ਜਾਣ ਵਾਲੀਆਂ
ਕਸਾਈ ਦੀ ਛੁਰੀ ਨਾਲੋਂ ਵੀ ਤਿੱਖੀਆਂ ਧਾਹਾਂ ਮਾਰਦੀ
ਜ਼ਮਾਨੇ ਦੀ ਸਤਾਈ ਹੋਈ
ਇਕ ਮਾਂ ਦੀ ਕਰੁਣਾ ਭਰੀ ਆਵਾਜ਼:

ਓ ਜ਼ਾਲਮ ਦੁਨੀਆਂ ਵਾਲਿਓ
ਬੰਦ ਕਮਰਿਆਂ 'ਚ ਬੈਠ
ਮਾਂ ਦੀ ਮਮਤਾ ਤੋਂ ਕੋਰੇ
ਸਮਾਜ ਦੇ ਕਠੋਰ ਕਾਨੂੰਨ ਬਨਾਉਣ ਵਾਲੇ
ਝੂਠੇ ਸਮਾਜ ਸੇਵਕੋ, ਰਾਜਨੀਤੀਵਾਨੋ, ਕਾਨੂੰਨਦਾਨੋ,
ਧਾਰਮਕ ਚੌਧਰੀਓ, ਮਹੰਤੋ,
            ਪਾਦਰੀਓ, ਪੰਡਤੋ, ਭਾਈਓ, ਮੁਲਾਣਿਓ
ਇਕ ਮਾਂ ਤੋਂ ਉਸਦਾ- ਉਸਦੇ ਬੱਚੇ
ਖੋਹ ਲੈਣ ਵਾਲੇ
ਹਤਿਆਰਿਓ

ਮੇਰੇ ਮਨ ਦੀ ਇਕੋ ਇਕ ਛੋਟੀ ਜਿਹੀ ਆਸ਼ਾ
ਮੈਂ ਵੀ ਤੁਹਾਡੇ ਵਾਂਗ ਲੋਰੀਆਂ ਦੇਣੀਆਂ ਚਾਹੁੰਦੀ ਹਾਂ
ਮੈਂ ਵੀ ਤੁਹਾਡੇ ਵਾਂਗ ਹੱਸਣਾ ਚਾਹੁੰਦੀ ਹਾਂ
ਮੈਂ ਵੀ ਤੁਹਾਡੇ ਵਾਂਗ ਵੱਸਣਾ ਚਾਹੁੰਦੀ ਹਾਂ
ਮੈਂ ਵੀ ਬੁਢਾਪੇ ਦੀ ਡੰਗੋਰੀ ਚਾਹੁੰਦੀ ਹਾਂ

ਮੇਰੇ ਬੱਚੇ-ਮੇਰਾ ਇੱਕੋ ਹੀ ਸਹਾਰਾ
ਮੈਂ ਆਪਣੇ ਹੀ ਬੱਚਿਆਂ ਦੀ ਭੀਖ ਮੰਗਦੀ ਹਾਂ

ਮੈਂ ਇੱਕ ਔਰਤ-
ਇੱਕ ਮਾਂ
ਡਾਲਰਾਂ ਦੀ ਚਮਕ ਦਮਕ ਦੀ ਭੁੱਖੀ ਹੋ ਚੁੱਕੀ
ਮੋਹ ਮਮਤਾ ਤੋਂ ਖਾਲੀ ਹੋ ਰਹੀ ਦੁਨੀਆਂ 'ਤੇ
ਲਾਹਨਤ ਪਾਉਂਦੀ ਹਾਂ।

ਔਰਤ ਤੋਂ ਔਰਤ ਤੱਕ

ਤੂੰ ਵੀ ਔਰਤ

ਮੈਂ ਵੀ ਔਰਤ

ਕਦੇ ਦੋਸਤ

ਕਦੇ ਦੁਸ਼ਮਣ

ਤੇਰੇ ਤੀਰ

ਮੇਰੇ ਜ਼ਖ਼ਮ

ਤੇਰੇ ਜ਼ੁਲਮ

ਮੇਰੀ ਸਹਿਣਸ਼ੀਲਤਾ

ਤੇਰੇ ਨਿਸ਼ਾਨੇ

ਮੇਰੇ ਜ਼ਖ਼ਮਾਂ ਦਾ ਬੂਰ

ਬੁਝੇ ਹੋਏ ਦੀਵੇ ਸੰਗ

ਠੇਢੇ ਵੱਜ ਵੱਜ ਕੇ

ਕਿਸੇ ਪਥਰੀਲੇ ਪਹਾੜ ਦੀ ਸਤਹ ਤੇ ਪਏ

ਪੱਥਰਾਂ ਦੇ ਢੇਰ ਵਿੱਚ ਧੁੱਸਦਾ ਹੋਇਆ

ਉਮਰ ਦੇ ਲੰਬੇ ਸਫ਼ਰ ਵਿੱਚ ਰੁਲ ਗਿਆ ਹੈ

ਮੇਰੇ ਜ਼ਖ਼ਮਾਂ ਦਾ ਬੂਰ

ਹਰ ਰਾਹੀ ਦੇ ਪੈਰਾਂ ਨਾਲ ਖਹਿੰਦਾ

ਮੇਰੀ ਮੰਜ਼ਿਲ ਤੋਂ ਦੂਰ ਹੀ ਦੂਰ ਚਲਾ ਜਾ ਰਿਹਾ ਹੈ।

ਅੱਖਾਂ

ਜ਼ਿੰਦਗੀ ਦੇ ਉਦਾਸ ਰਾਹਾਂ ਤੇ ਤੁਰਦਿਆਂ
ਵਰ੍ਹਿਆਂ ਤੋਂ ਮੈਂ ਲੱਭ ਰਹੀ ਹਾਂ
ਉਨ੍ਹਾਂ ਅਪਣੱਤ ਭਰੀਆਂ ਅੱਖਾਂ ਨੂੰ
ਜੋ ਇੱਕ ਵਾਰ ਨਜ਼ਰ ਭਰ ਕੇ ਵੇਖ ਸਕਣ
ਮੇਰੇ ਦਿਲ 'ਚੋਂ ਤ੍ਰਿਪ ਤ੍ਰਿਪ ਚੋਂਦੇ
ਲਹੂ ਦੇ ਤੁਪਕਿਆਂ ਨੂੰ

ਮੇਰੇ ਹੰਝੂਆਂ ਦੀ ਬਰਸਾਤ ਨੂੰ

ਅੱਖਾਂ ਜੋ ਵੇਖ ਸਕਣ

ਪਿਆਰ ਭਰਿਆ ਮੇਰਾ ਦਿਲ
ਮੇਰੀ ਸਾਦਗੀ
ਮੇਰਾ ਮੋਹ

ਦਿਲ ਇੱਕ ਸ਼ੀਸ਼ਾ

ਆਪਣੇ ਅੰਦਰੋਂ ਉਠਦੀਆਂ ਸ਼ਕਤੀ ਦੀਆਂ ਲਹਿਰਾਂ ਨੂੰ
ਹਨ੍ਹੇਰੀਆਂ ਗੁਫਾਵਾਂ ਵਿੱਚ ਡੱਕੀ ਰੱਖਣ ਲਈ
ਜਦ ਕਦੀ ਵੀ ਉਸ ਨੂੰ ਮਜਬੂਰ ਕੀਤਾ ਜਾਂਦਾ
ਜਿਵੇਂ ਕਿਤੇ ਉਹ ਕੋਈ ਗੁਨਾਹ ਕਰ ਰਹੀ ਹੋਵੇ
ਤਾਂ ਉਹ ਦਰਦ ਨਾਲ ਕਰਾਹ ਉਠਦੀ
ਆਪਣੇ ਮਨ ਦੇ ਤਹਿਖ਼ਾਨਿਆਂ ਵਿੱਚ ਲੁਕਾ ਕੇ ਰੱਖੇ
ਭੇਤਾਂ ਦਾ ਇਜ਼ਹਾਰ ਕਰਨ ਲਈ–

ਸਿਆਣਪ ਨਾਲ ਭਰੇ ਸ਼ਬਦ
ਉਸ ਨੂੰ ਜ਼ਖਮੀ ਕਰ ਜਾਂਦੇ

ਆਪਣੇ ਬਚਾਓ ਖਾਤਰ

ਆਪਣੇ ਮਨ ਦੀ ਆਵਾਜ਼ 'ਤੇ ਭਰੋਸਾ ਕਰਦਿਆਂ
ਉਹ ਸੱਚ ਦੇ ਇਜ਼ਹਾਰ ਤੋਂ ਭੱਜਦੀ
ਯਥਾਰਥ ਅਤੇ ਸੁਪਨੇ
ਇੱਕ ਦੂਜੇ ਵਿੱਚ ਗੁੰਮ ਹੁੰਦੇ ਰਹੇ

ਜ਼ਿੰਦਗੀ ਬਸ ਇੱਕ ਭਰਮ ਬਣ ਕੇ ਰਹਿ ਗਈ
ਪਿਆਰ ਅਤੇ ਸੁਰੱਖਿਆ ਦੀ ਭਾਲ ਵਿੱਚ
ਜ਼ਿੰਦਗੀ ਦੀ ਚੱਕੀ ਦੇ ਪੁੜਾਂ ਵਿੱਚ ਪੀਸੇ ਜਾਂਦਿਆਂ
ਉਹ ਨਿਰਾਸ਼ਾ ਦੇ ਸਾਗਰਾਂ ਵਿੱਚ ਗੋਤੇ ਖਾਣ ਲੱਗੀ
ਅਤੇ ਹਰ ਪਲ
             ਮੌਤ ਦੇ ਨੇੜੇ ਹੁੰਦੀ ਗਈ

ਪਰ—
ਉਹ, ਹਰ ਪਲ ਹੋਰ ਵਧੇਰੇ ਸ਼ਕਤੀਵਰ ਹੁੰਦਾ ਗਿਆ
ਉਸਨੇ, ਉਸਦੀ ਮਾਸੂਮੀਅਤ ਦੇ ਮਹੱਲਾਂ ਨੂੰ
             ਕਿਸੇ ਦੁਸ਼ਮਣ ਦੇਸ਼ ਦੀਆਂ ਫ਼ੌਜਾਂ ਵਾਂਗ
                 ਬੜੀ ਬੇਰਹਿਮੀ ਨਾਲ ਜੀਅ ਭਰਕੇ ਲੁੱਟਿਆ
ਉਸਨੇ ਆਪਣੇ ਜ਼ਹਿਰੀ ਤੀਰਾਂ ਨਾਲ
             ਇਹ ਅਤਿਆਚਾਰੀ ਹਮਲਾ
                 ਪਲ ਪਲ, ਛਿਣ ਛਿਣ ਜਾਰੀ ਰੱਖਿਆ
ਉਸ ਨੇ ਹਵਾ 'ਚ ਉੱਡਦੀ ਤਿਤਲੀ ਦੇ ਖੰਭ ਤੋੜ
ਉਸਦਾ ਦਿਲ ਚੀਨਾ ਚੀਨਾ ਕਰ ਦਿੱਤਾ

ਇੱਕ ਕੀਮਤੀ ਸ਼ੀਸ਼ਾ—
ਜੋ ਉਸਨੂੰ, ਉਸਦੀ ਪਹਿਚਾਣ ਕਰਾ
ਕੰਬਖਤ ਸਮਿਆਂ ਵਿੱਚ
ਹੌਂਸਲਾ ਦਿੰਦਾ ਸੀ।

PARMINDER BANSAL 1997

ਨਜ਼ਰ

ਦਰਿੰਦੇ ਦੀ ਨਜ਼ਰ ਤੋਂ ਤਾਂ ਤੁਸੀਂ ਬਚ ਸਕਦੇ ਹੋ

ਪਰ
ਆਪਣੇ ਹੀ ਅੰਦਰ ਲੁਕੇ ਹੋਏ ਸ਼ੈਤਾਨ ਤੋਂ
ਕਿੰਝ ਬਚ ਸਕੋਗੇ ?

ਜਿਸਦੀ ਜਨਮਭੂਮੀ ਵੀ, ਤੁਹਾਡੇ ਅੰਦਰ ਹੈ
ਅਤੇ ਮਰਨ ਭੂਮੀ ਵੀ।

ਬੁਝਿਆ ਹੋਇਆ ਦੀਵਾ

ਮਹਿਜ਼,
ਆਪਣੇ ਨੱਕ, ਪੱਗ ਅਤੇ ਧੌਲੇ ਝਾਟਿਆਂ ਦੀ
ਲੱਜ ਪਿੱਟਦੇ, ਮਜਬੂਰੀਆਂ ਦੇ ਕੀਰਨੇ ਪਾ, ਬੇਵਸੀ ਦੇ ਹੰਝੂ ਕੇਰ
ਵਿਚੋਲਿਆਂ ਦੇ ਕੰਧਿਆਂ 'ਤੇ
ਧੀਆਂ ਦੀਆਂ ਅੱਧ ਜਲੀਆਂ ਲੋਥਾਂ ਉਠਾ
ਭਾਂਡੇ, ਟੀਂਡਿਆਂ 'ਤੇ ਕੱਪੜਿਆਂ ਦੀ ਸਮਗਰੀ ਸੰਗ
ਮਨੌਤੀਆਂ ਦਾ ਬਾਲਣ ਪਾ ਕੇ
ਸਿਵਿਆਂ ਵਿੱਚ ਸਵਾਹ ਹੋਣ ਲਈ
ਛੱਡ ਆਂਦੇ ਹਨ- ਮਾਪੇ

ਆਪਣੇ ਹੱਥੀਂ ਲਾਸ਼ ਨੂੰ ਲਾਂਬੂ ਲਾ ਕੇ
ਕੂਕਾਂ ਮਾਰ ਉਲਾਹਣੀਆਂ ਦਿੰਦੇ
ਮੁੜ, ਮੁੜ ਦੁਹਰਾਂਦੇ- ਮਾਪੇ
ਧੀਆਂ ਨ ਰੱਖਦੀਆਂ ਰਾਜਿਆਂ ਰਾਣੀਆਂ
ਮਘਦੀ ਭੱਠੀ 'ਚ
ਬਿੱਲੋ ਰਾਣੀਏਂ
ਤੈਨੂੰ ਵੀ ਬਲਣਾ ਪੈਣਾ
ਅਸੀਂ ਤਾਂ ਤੈਨੂੰ ਜਨਮ ਹੀ ਦਿੱਤਾ
ਪੀਲੀ, ਨੀਲੀ, ਚਿੱਟੀ, ਕਾਲੀ
ਭਾਗ ਤੇਰੇ
ਤੂੰ
ਧੁਰੋਂ ਲਿਖਾ ਕੇ ਲਿਆਈ।

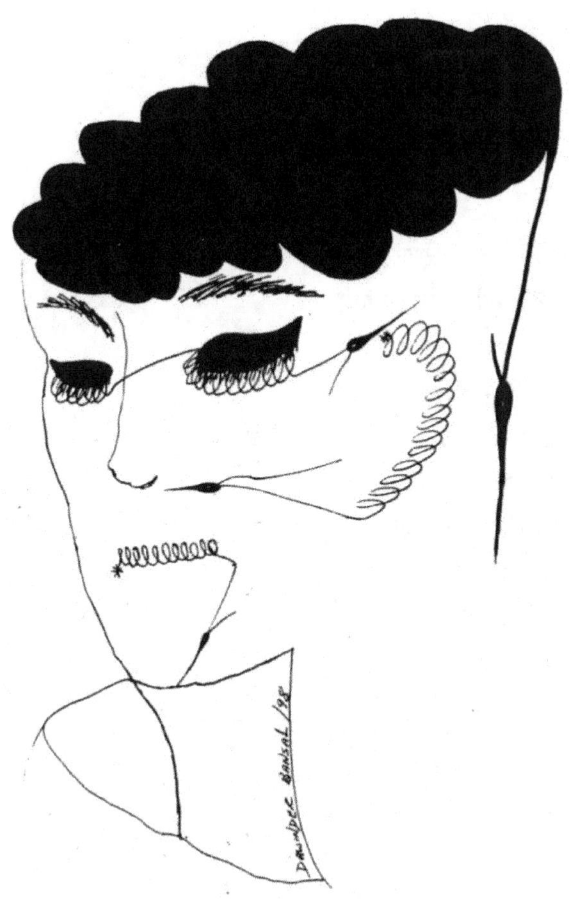

ਗੁਲਾਮ

ਧੌਂਸ ਹੇਠ ਜਿਉਣਾ
ਬੜਾ ਕਠਿਨ ਹੁੰਦਾ ਹੈ

ਪਰ
ਮੈਂ
ਅਜਿਹੇ ਜੀਣ ਦੇ ਢੰਗ ਨੂੰ
ਚੁਣੌਤੀ ਦੇਣੀ ਪਸੰਦ ਕਰਾਂਗੀ

ਬਜਾਇ ਇਸ ਦੇ
ਕਿ ਇੱਕ ਆਗਿਆਕਾਰ ਗੁਲਾਮ ਬਣਕੇ
ਜ਼ਿੰਦਗੀ ਦੀ ਚੱਕੀ ਦੇ ਪੁੜਾਂ ਵਿੱਚ
ਕਿਣਕਾ ਕਿਣਕਾ ਹੋ ਕੇ
ਰੋਜ਼ ਪਿਸਦੀ ਰਹਾਂ ।

ਖਾਮੋਸ਼ੀ

ਖਾਮੋਸ਼ੀ, ਅਕਸਰ
ਪਿਆਰ, ਸਨੇਹ ਅਤੇ ਅੰਦਰੂਨੀ ਖਿੱਚ
ਦਾ ਅਹਿਸਾਸ ਦਿੰਦੀ ਹੈ

ਪਰ
ਜਬਰ ਹੇਠ ਚੁੱਪ ਕਰ ਜਾਣਾ
ਮਨ ਵਿੱਚ ਬੇਚੈਨੀ, ਉਦਾਸੀ, ਗੁੱਸੇ
ਅਤੇ ਵਿਦਰੋਹ ਦੇ
ਭਾਵਾਂ ਦੀ ਭਾਫ਼ ਪੈਦਾ ਕਰਦਾ ਹੈ।

ਅਜੋੜ

ਜਸ਼ਨ ਦੇ ਐਲਾਨ ਨੇ
ਮਰੁੰਡੀ ਜਾ ਚੁੱਕੀ ਛਾਤੀ ਵਿੱਚ
ਤਨਾਓ ਦੀਆਂ ਲਹਿਰਾਂ ਦਾ ਹੜ੍ਹ ਵਗਾ ਦਿੱਤਾ
ਸੁਪਨਿਆਂ ਨੂੰ ਘੁੱਟ ਸਾਹ ਨਿਚੋੜ ਲਏ

ਖਾਮੋਸ਼ ਅਤੇ ਸਥਿਰ ਹੋ ਚੁੱਕੀਆਂ
ਅੱਖਾਂ ਦੇ ਕੋਇਆਂ 'ਚ
ਹੰਝੂਆਂ ਦੀ ਧਾਰਾ ਵਹਿ ਤੁਰੀ

ਅਸ਼ਾਂਤ 'ਤੇ ਦੱਬੀਆਂ ਹੋਈਆਂ ਭਾਵਨਾਵਾਂ
ਸਾਹਹੀਣ ਹੋ ਚੁੱਕੀਆਂ ਉਮੀਦਾਂ ਨੂੰ ਚਾਬਕਾਂ ਮਾਰਨ ਲਈ
ਪਾਗਲ ਅਤੇ ਖੂੰਖਾਰ ਚੀਤਿਆਂ ਨੂੰ ਤਾਕਤਵਰ ਬਣਾ ਰਹੀਆਂ

ਵਜ਼ਨਦਾਰ ਸਿਲਮੇ ਸਿਤਾਰਿਆਂ ਨਾਲ ਸ਼ਿੰਗਾਰਿਆ ਘੁੰਗਟ
ਦਰਦਨਾਕ ਸੰਗੀਤ ਦੀਆਂ
ਪਰਦਿਆਂ ਪਿੱਛੇ ਤਾੜੀਆਂ ਹੋਈਆਂ ਆਵਾਜ਼ਾਂ
ਪੂਰਨ ਖਾਮੋਸ਼ੀ ਦੀਆਂ ਹੱਦਾਂ ਨੂੰ ਛੂਹ ਰਹੀਆਂ

ਜ਼ਬਰਦਸਤੀ ਚਾੜ੍ਹੀਆਂ ਹੋਈਆਂ ਪ੍ਰੇਮ ਦੀਆਂ ਪੀਂਘਾਂ
ਆਨੰਦ ਪ੍ਰਾਪਤੀ ਦੇ ਤਬਾਹ ਹੋਏ ਸੱਭੇ
ਨਿੱਕੇ ਨਿੱਕੇ ਰਾਹ

ਮੰਦੇ ਪੈ ਚੁੱਕੇ ਉਤਸ਼ਾਹੀ ਛਿਣ
ਨਫ਼ਰਤਾਂ ਨਾਲ ਘੋਲ ਕਰ ਰਿਹਾ ਮੁਹੱਬਤੀ ਜੋਸ਼

ਦੁਚਿੱਤੀ ਦੇ ਸਰਾਪਾਂ ਨਾਲ
ਵਿੰਨ੍ਹਿਆ ਹੋਇਆ ਮਨ

ਸਦਾ ਲਈ ਹੱਥਕੜੀਆਂ ਵਿੱਚ ਜਕੜਬੰਦ
ਬਰਫ਼ਾਨੀ ਝੱਖੜਾਂ ਵਾਲੇ ਟਾਪੂ ਦੇ ਵਾਸੀ
ਆਨੰਦ ਦੇ ਖੁੰਝ ਚੁੱਕੇ ਪਲਾਂ ਦੀ
ਤਲਾਸ਼ ਵਿੱਚ ਲੀਨ

ਇਕ ਮੁਰਦਾ ਰੂਹ ਨੂੰ
ਜਿਉਂਦਾ ਕਰਨ ਦੀ ਉਮੀਦ ਵਿੱਚ।

ਅਮਲ

ਅੱਡਰਾਪਣ ਵੀ ਅਮਲ ਹੈ

ਦੋ ਦਰਦ ਨੂੰ ਮੱਧਮ ਕਰ
ਆਜ਼ਾਦੀ ਅਤੇ ਪ੍ਰਸੰਨਤਾ ਦੀਆਂ
ਭਾਵਨਾਵਾਂ ਨੂੰ
ਪੀਨਕ ਦੇ ਰਾਹ ਪਾ ਦਿੰਦਾ ਹੈ।

ਨਿਸ਼ਚਾ

ਅੱਜ ਵੀ
ਮੈਨੂੰ ਯਾਦ ਹੈ
ਉਹ ਅੰਤਹੀਨ ਦਿਸ਼ਾ ਮੋੜ ਦੇਣ ਵਾਲੀਆਂ
ਹਵਾਵਾਂ ਦੇ ਤੇਜ਼ ਝੱਖੜ

ਨਰਕੀ ਕਾਂਬਾ
ਉਮੀਦ ਰਹਿਤ ਪਲ
ਇੱਕਲਿਆਂ ਰਹਿ ਜਾਣ ਦੇ ਸੁੰਨ ਕਰ ਦੇਣ ਵਾਲੇ
ਅਹਿਸਾਸ

ਮੈਨੂੰ ਯਾਦ ਹੈ
ਹਰ ਬਦਚਲਣ ਘੜੀ ਨਾਲ ਹੋਈ ਮੁਲਾਕਾਤ
ਨਫ਼ਰਤਾਂ ਦੀ ਕੰਬਨੀ
ਛੇੜ ਜਾਣ ਵਾਲੀਆਂ ਹਵਾਵਾਂ

ਮੈਨੂੰ ਯਾਦ ਹੈ
ਵਲੇਂਵੇਂ ਮਾਰਦੇ ਜੰਗਲੀ ਸੱਪ ਅਤੇ ਕਿਰਲੀਆਂ
ਪਾਗਲ ਬਣਾ ਦੇਣ ਵਾਲੀਆਂ ਰੂਹਾਂ
ਤਲਖੀ ਪੈਦਾ ਕਰਨ ਵਾਲੇ ਕੰਡਿਆਲੇ ਗੀਤ
ਅਤੇ
ਮੇਰੀ ਖਾਮੋਸ਼ੀ ਦੇ ਘੁੰਡ ਦੁਆਲੇ ਭੰਗੜਾ ਪਾਉਂਦੇ
ਮੈਨੂੰ ਦੋ-ਚਿੱਤੀ ਵਿੱਚ ਪਾ ਬੇਸੁੱਧ ਬਣਾਉਣ ਲਈ
ਮੈਨੂੰ ਬੋਲੀ ਅਤੇ ਗੁੰਗੀ ਬਣਾਉਣ ਲਈ

ਮੇਰੇ ਲਈ ਇਨਸਾਫ਼ ਦੇ ਸਭ ਦਰਵਾਜ਼ੇ ਬੰਦ ਕਰ ਦਿੱਤੇ

ਮੇਰੇ ਲਈ ਤਰਸ ਦੀਆਂ ਸਭ ਬਾਰੀਆਂ ਢੋਹ ਦਿੱਤੀਆਂ

ਮੈਨੂੰ ਯਾਦ ਹੈ
ਖਲ੍ਹਾ ਵਿੱਚ
ਤੈਰਦੇ ਹੋਏ ਸਲੇਟੀ ਬੱਦਲ
ਜਿਨ੍ਹਾਂ ਦੇ ਪਰਦੇ ਵਿੱਚ ਮੇਰੇ ਹੰਝੂ
ਪਨਾਹ ਲੈਂਦੇ ਸਨ

ਅਤੇ ਮੇਰਾ ਮਨ ਕਿਸੇ ਗੈਬੀ ਖ਼ੁਸ਼ੀ ਨਾਲ
ਝੱਲਾ ਹੋ ਉठਦਾ ਸੀ
ਜਦੋਂ ਕਿ
ਮੇਰੇ ਅੰਦਰਲਾ ਸ਼ੈਤਾਨ ਕਿਆਸ ਲਗਾਣ ਲੱਗਾ
ਕਿ ਮਾਨਸਿਕ ਥਕਾਣ ਨਾਲ ਪੀੜਤ
ਮੇਰਾ ਜਿਸਮ
ਆਪਣਾ ਧੱਖ-ਪੂਰਨ ਦੀ
ਗਲਤੀ ਦੀ ਮਾਫੀ ਮੰਗੇਗਾ
ਅਤੇ ਖ਼ੁਸ਼ੀਆਂ ਦੇ ਬਦਲ ਵਜੋਂ
ਆਪਣੇ ਸੁਫਨਿਆਂ ਦੀ
ਕੁਰਬਾਨੀ ਦੇਣੀ ਮਨਜ਼ੂਰ ਕਰੇਗਾ
ਸਭ ਮੇਰੀ ਇੱਛਿਆ ਦੇ ਵਿਰੁੱਧ

ਮੈਨੂੰ ਯਾਦ ਹੈ
ਉਸ ਗੰਦੀ ਨਾਲੀ ਦੀ ਸੜ੍ਹਾਂਦ
ਉਡਦੀ ਭਾਫ਼ ਦੇ ਬੱਦਲ
ਦੰਮ ਘੁੱਟਦੇ
ਮੈਨੂੰ ਪੂਰੀ ਤਰ੍ਹਾਂ ਬੇਸੂਰਤ ਬਣਾਂਦੇ

ਮੈਨੂੰ ਯਾਦ ਹੈ
ਸੋਚਦਿਆਂ
ਮੈਂ ਦਿਲ ਰਹਿਤ ਨਹੀਂ ਜੰਮੀ ਸੀ
ਮੈਂ ਦਿਮਾਗ ਰਹਿ ਨਹੀਂ ਜੰਮੀ ਸੀ
ਮੈਂ ਅਪਾਹਜ ਨਹੀਂ ਜੰਮੀ ਸੀ
ਮੈਂ ਪੱਥਰ ਨਹੀਂ ਹਾਂ

ਮੈਨੂੰ ਯਾਦ ਹੈ
ਰੋਸ ਕਰਦਿਆਂ
ਮੌਤ ਵਾਂਗ ਸੁੰਨ ਹੋ ਜਾਣ ਦੇ ਖ਼ਿਲਾਫ਼
ਭਾਵਨਾਤਮਕ ਅਪਮਾਨ ਦੇ ਖ਼ਿਲਾਫ਼
ਨਾਲੀ ਦੇ ਕੀੜਿਆਂ ਦੀ ਪੂਜਾ ਕਰਨ ਤੋਂ
ਵਿਦਰੋਹ ਕਰਦਿਆਂ

ਮੌਤ ਵਾਂਗ ਨੇ ਉਹ ਪਲ
ਚੀਕਦਿਆਂ
ਮੈਂ ਵੀ ਇੱਕ ਇਨਸਾਨ ਹਾਂ
ਮੇਰੀਆਂ ਵੀ ਭਾਵਨਾਵਾਂ ਹਨ
ਮੈਂ ਪੂਰੀ ਸ਼ਿੱਦਤ ਨਾਲ
ਆਪਣੀ ਜ਼ਿੰਦਗੀ ਦੀ ਜੰਗ ਲੜਾਂਗੀ

ਨਫ਼ਰਤ ਲਈ ਨਫ਼ਰਤ
ਚੋਭ ਲਈ ਚੋਭ।

ਜ਼ਿੰਦਗੀ

ਮੇਰੀਆਂ ਅੱਖਾਂ 'ਚੋਂ ਵਹਿ ਰਹੇ ਹੰਝੂ
ਰੇਗਿਸਥਾਨਾਂ ਲਈ
ਦਰਿਆ ਵੀ ਬਣ ਸਕਦੇ ਹਨ

ਮੇਰੇ ਅੰਦਰ ਉੱਗ ਰਿਹਾ ਸੂਰਜ
ਹੋਰਨਾਂ ਲਈ ਵੀ
ਚਾਨਣ ਮੁਨਾਰਾ ਬਣਕੇ
ਮੁਕਤੀ ਦੇ ਰਾਹ ਖੋਲ੍ਹ ਸਕਦਾ ਹੈ

ਦੋਸਤੀ ਦੇ ਅੰਬਰ 'ਚੋਂ ਪੈ ਰਹੀ
ਫੁਹਾਰ ਵਿੱਚ ਨਹਾ ਕੇ
ਮੈਂ ਗੁਲਾਬ ਵਾਂਗ
ਹਰ ਪਲ ਮਹਿਕਦੀ ਰਹਾਂਗੀ

ਜੇ ਪਿਆਰ ਦੇ ਹੁੰਗਾਰੇ
ਮੇਰੀ ਰੂਹ
ਸਤਰੰਗੀ ਪੀਂਘ ਦੇ ਹੁਲਾਰੇ
          ਦਿੰਦੇ ਰਹਿਣਗੇ।

ਕੱਲ੍ਹ ਤੇ ਅੱਜ

ਕੱਲ੍ਹ–
ਦੋ ਪਲ ਰਾਤ
ਤੇ ਦਿਨ ਚੌਗਣਾ ਸੀ

ਅੱਜ–
ਦਿਨ ਛੋਟੇ
ਰਾਤਾਂ ਲੰਮੀਆਂ ਹਨ

ਕੱਲੂ–
ਪਿਆਰ ਦੇ ਗੂੜ੍ਹੇ ਰੰਗ ਨਾਲ ਭਰਿਆ
ਮੇਰਾ ਜੀਅ ਝੂਲ੍ਹ ਝੂਲ੍ਹ ਜਾਂਦਾ ਸੀ

ਅੱਜ–
ਮੁਹੱਬਤੀ ਰੰਗ ਬੱਗਾ ਹੁੰਦਾ ਦੇਖ
ਮੇਰਾ ਦਿਲ ਡੁੱਬ ਡੁੱਬ ਜਾਂਦਾ ਹੈ

ਕੱਲੂ–
ਜੋ ਮੇਰੇ ਸੰਗ ਦੂਰ ਤੀਕਰ ਚੱਲਣ ਦੇ
ਵਾਹਦੇ ਕਰਦੇ ਸਨ

ਅੱਜ–
ਉਹ ਦੋ ਕਦਮ ਵੀ ਨਾਲ ਤੁਰ ਸਕਣ ਦਾ
ਹੌਂਸਲਾ ਨਹੀਂ ਦਿੰਦੇ

ਕੱਲੂ–
ਖ਼ੁਸ਼ੀਆਂ ਦੇ ਹੁਲਾਰੇ 'ਚ, ਮੇਰਾ ਮਨ
ਝੂਮ ਝੂਮ ਜਾਂਦਾ ਸੀ

ਅੱਜ–
ਗ਼ਮਾਂ 'ਚ ਘਸੀਟੀ ਜਾ ਰਹੀ ਮੇਰੀ ਜ਼ਿੰਦਗੀ ਦੇ ਝੂੰਦੇ
ਹਵਾ 'ਚ ਉੱਡਦੇ ਫਿਰਦੇ ਹਨ

ਕੱਲ੍ਹ–
ਮੇਰੇ ਦੁਆਲੇ
ਸਿਤਰਾਂ ਦਾ ਚੁੰਬਕੀ ਭਉਰ ਸੀ

ਅੱਜ–
ਇਕੱਲਤਾ ਭੰਬਕੜਾਂ ਵਾਂਗ ਅੱਠੇ ਪਹਿਰ
ਮੇਰੇ ਦੁਆਲੇ ਮੰਡਰਾ ਰਹੀ ਹੈ

ਕੱਲ੍ਹ–
ਮੈਨੂੰ ਆਪਣੇ ਚੌਗਿਰਦੇ ਦੀ
ਭਰਪੂਰ ਜਾਣਕਾਰੀ ਸੀ

ਅੱਜ–
ਮੇਰਾ ਆਪਣਾ ਆਪਾ ਵੀ
ਮੇਰੇ ਤੋਂ ਅਣਜਾਣ ਹੈ।

ਵਿਦਰੋਹ

ਗੁੱਸਾ ਭੜਕਿਆ–

ਵਿਦਰੋਹ ਦੀ ਇੱਕ ਹੀ ਚੰਗਿਆੜੀ ਨਾਲ
ਪੁਰਾਤਣ ਵਿਚਾਰਾਂ ਦੀ ਪੀਢੀ ਜਕੜ ਨੂੰ ਤੋੜਦਾ ਹੋਇਆ
ਇੱਕ ਸੰਰਖਮਈ ਵਿਚਾਰ
ਮੇਰੇ ਮਨ ਵਿੱਚ ਕੁੱਦ ਪਿਆ

ਉਥੇ ਮੁਸਕਾਨਾਂ ਖਲੇਰਦੇ ਚਿਹਰੇ ਨਹੀਂ ਸਨ
ਸਗੋਂ ਗੁਸੈਲੀਆ ਅਤੇ ਘਸੀਆਂ–ਪਿਟੀਆਂ ਮੰਗਾਂ ਸਨ

ਭਵਿੱਖ–
ਸੱਖਣਾ ਅਤੇ ਹਨ੍ਹੇਰਾ ਸੀ

ਮੈਨੂੰ ਜਾਪਿਆ ਉਮੀਦਾਂ ਨੂੰ
ਜਿਵੇਂ ਬੰਨ੍ਹ ਲੱਗ ਗਿਆ ਹੋਵੇ

ਸ਼ਾਂਤ ਜ਼ਿੰਦਗੀ
ਜੰਗ ਦਾ ਇੱਕ ਅਖਾੜਾ ਬਣ ਗਈ

ਮਨਹੂਸ ਦਿਨਾਂ ਨੇ
ਮੇਰੀ ਸ਼ਾਨਦਾਰ ਦੁਨੀਆਂ
ਤਹਿਸ ਨਹਿਸ ਕਰ ਦਿੱਤੀ

ਸਿਮਰਤੀਆਂ ਨੇ
ਮੇਰੇ ਮਨ ਦੀ ਦਹਿਲੀਜ਼ ਉੱਤੇ
ਦਸਤਕ ਦਿੱਤੀ

ਭਾਵਨਾਤਮਕ ਫੱਟਾਂ ਨੇ ਮੇਰੇ ਜਿਸਮ ਉੱਤੇ ਜਕੜ ਮਾਰ
ਮੇਰੇ ਦੁੱਖਦੇ ਅੰਗਾਂ ਨੂੰ ਹੋਰ ਪੀੜਤ ਕਰ ਦਿੱਤਾ
ਅਤੇ ਮੇਰੇ ਜ਼ਿਹਨ ਵਿੱਚ ਉਬਲ ਰਹੇ ਸੁਆਲਾਂ ਨਾਲ
ਮੇਰੇ ਸਿਰ ਵਿੱਚ ਮਾਈਗਰੇਨ ਦੇ ਹਥੌੜੇ ਵੱਜਣ ਲੱਗੇ

ਬਿਨ੍ਹਾਂ ਸੂਖਮਤਾ
ਬਿਨ੍ਹਾਂ ਕਿਸੀ ਮੋਹ ਦੇ
ਬਿਨ੍ਹਾਂ ਮਾਫ ਕੀਤਿਆਂ
ਕੀ ਅਸੀਂ
ਆਪਸੀ ਨੇੜਤਾ ਦੀ ਭਾਵਨਾ ਦੀ
ਉਮੀਦ ਕਰ ਸਕਦੇ ਹਾਂ ?

ਰਾਖ਼ਸ਼

ਮੈਂ ਜਵਾਨ ਸਾਂ
ਮੈਂ ਭੋਲੀ ਸਾਂ
ਸਹਿਜੇ ਕੀਤੇ ਹੀ ਜਾਲ ਵਿੱਚ ਫਸ ਸਕਣ ਵਾਲੀ

ਅਤੇ ਤੂੰ,
ਇਕ ਰਾਖ਼ਸ਼
ਇਤਨਾ ਸਖਤ, ਜ਼ੋਰਾਵਰ ਅਤੇ ਤਾਕਤਵਰ
ਹਰ ਵਕਤ ਕਿਸੀ ਮੌਕੇ ਦੀ ਉਡੀਕ ਵਿੱਚ

ਤੇਰੇ ਵਾਲ ਸ਼ਾਹ ਕਾਲੇ
ਮੋਟੀਆਂ ਮੋਟੀਆਂ ਜਟਾਂ
ਇਨੇ ਤਾਕਤਵਰ ਕਿ
ਮੇਰਾ ਗਲਾ ਘੁੱਟ ਦੇਣ

ਤੇਰੀਆਂ ਅੱਖਾਂ
ਹਮੇਸ਼ਾ ਕਿਸੀ ਨਰਮ ਜ਼ੀਮਨ ਦੀ ਭਾਵ ਵਿੱਚ
ਜਿੱਥੇ ਕਿ ਤੂੰ ਸੁਰਾਖ਼ ਕਰ ਸਕੇਂ

ਤੇਰੀਆਂ ਉਂਗਲਾਂ
ਕੈਂਚੀ ਦੇ ਤੇਜ਼ ਉਸਤਰਿਆਂ ਵਾਂਗ
ਮੇਰੀ ਜ਼ੁਬਾਨ ਕੱਟਣ ਲਈ ਹਮੇਸ਼ਾ ਤੱਤਪਰ

ਤੇਰਾ ਨੱਕ, ਮਰੋੜੇ ਖਾ ਰਿਹਾ
ਕਤਰਾ, ਕਤਰਾ ਖ਼ੂਨ 'ਚੋਂ
ਮੇਰੀ ਹੋਂਦ ਨੂੰ ਸੁੰਘਣ ਲਈ

ਤੇਰੇ ਬੁੱਲ੍ਹ, ਮੀਚੇ ਜਾ ਰਹੇ
ਮੇਰੇ ਸ਼ਬਦਾਂ ਨੂੰ ਸਕੋੜਨ ਲਈ

ਤੇਰੇ ਦੰਦ
ਕਚੀਚੀਆਂ ਵੱਟ ਰਹੇ
ਮੇਰੀ ਹਰ ਖ਼ੁਸ਼ੀ ਨੂੰ ਵੇਖ

ਮੈਂ ਚੀਨਾ ਚੀਨਾਂ ਹੋ ਜਾਣ ਤੋਂ ਵਿਦਰੋਹ ਕੀਤਾ

ਮੈਂ ਆਪਣੇ ਦਰਦ ਨੂੰ ਕੱਫਨ ਬਣਾ
ਅਤੇ ਸਾਹਹੀਣ ਜੀਵ ਬਣ ਜਾਣ ਤੋਂ
ਇਨਕਾਰ ਕਰ ਦਿੱਤਾ

ਮੇਰੀ ਜਿਉਂਦੇ ਰਹਿਣ ਦੀ ਖਾਹਿਸ਼ ਨੇ
ਮੈਨੂੰ ਆਪਣੀਆਂ ਬਾਹਾਂ ਵਿੱਚ ਲੈ ਲੋਰੀਆਂ ਦਿੱਤੀਆਂ

ਮੈਨੂੰ ਪਲੋਸਿਆ
ਮੈਨੂੰ ਸਹਾਰਾ ਦਿੱਤਾ
ਮੈਨੂੰ ਸ਼ਕਤੀਵਰ ਬਣਾਇਆ
ਕਿ ਮੈਂ ਤੇਰੇ ਸਾਹਮਣੇ
ਛਾਤੀ ਤਾਣ ਕੇ ਖੜ੍ਹ ਸਕਾਂ।

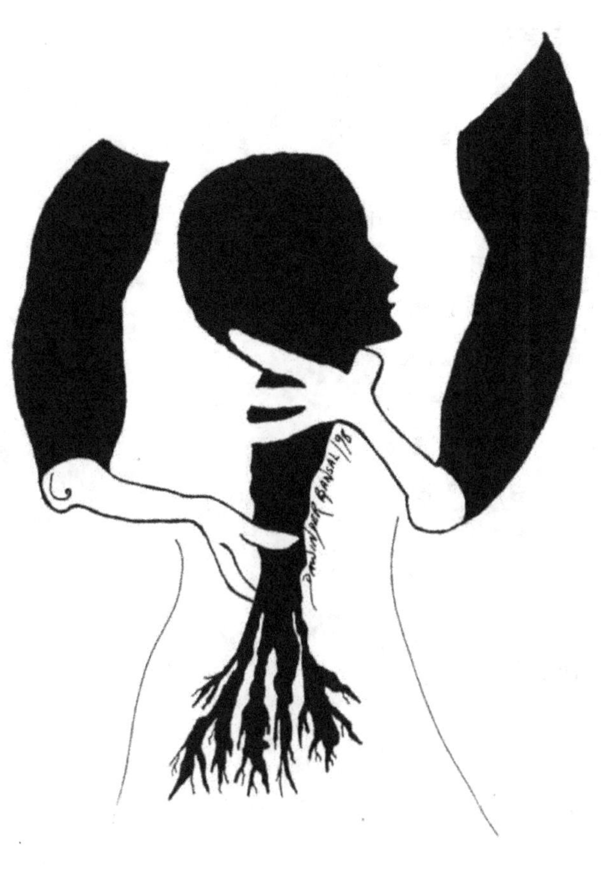

ਡੈਣ

ਕੁੰਡਲਧਾਰੀ ਸੱਪ ਵਰਗੇ ਵਾਲ
ਇੱਲ ਦੇ ਡੇਲੇ
ਕੁੱਤੇ ਵਰਗੀ ਸੁੰਘਣ ਸ਼ਕਤੀ ਵਾਲਾ ਨੱਕ
ਬਘਿਆੜ ਵਰਗੇ ਖ਼ੂੰਖਾਰ ਜੁਬਾੜੇ
ਹਾਬੜੀ ਹੋਈ–
ਆਦਮ-ਬੋ, ਆਦਮ-ਬੋ ਕਰਦੀ
ਕਿਸੀ ਖੇਖਣਹਾਰੀ ਰੰਨ ਵਾਂਗਾ
    ਤੂੰਆ ਜਾਲ ਪਾਸਾਰ
ਮਿੱਠੀ ਜ਼ੁਬਾਨ ਦੀ ਜ਼ਹਿਰ ਦੇ
ਟੀਕਿਆਂ ਨਾ ਮਦਹੋਸ਼ ਕਰ
ਹਰ ਪਲ, ਕਿਸੇ ਭੋਲੇ ਭਾਲੇ
ਹੱਡ ਮਾਸ ਦੇ ਪੁਤਲੇ ਨੂੰ
ਜੜ੍ਹੋਂ ਪੁੱਟਣ ਲਈ
    ਅੰਤਾਂ ਦੀ ਕਾਹਲੀ

ਬੇਰਹਿਮ–
ਨਿਰਦਈ–
ਜ਼ਾਲਮ–
ਖ਼ੂੰਖਾਰ–
ਮੱਕਾਰ–
ਦਮੂੰਹੀਂ–

ਅਹਿਸਾਸ ਰਹਿਤ
ਮੋਹ ਰਹਿਤ
ਸ਼ਕਲ ਰਹਿਤ

ਇੱਕ ਚਿਹਰਾ–

ਨਾਸੂਰ ਬਣ ਚੁੱਕੇ ਜ਼ਖ਼ਮਾਂ ਨੂੰ ਉਚੇੜ
ਸਾਹਹੀਨ ਕਰ ਦੇਣ ਵਾਲੀਆਂ
ਸਿਮਰਤੀਆਂ ਦੀ
ਇੱਕ ਅੰਤਹੀਨ ਲੜੀ ਵਾਂਗ
ਮੇਰੇ ਜ਼ਿਹਨ ਦੇ ਪਰਦੇ ਉੱਤੇ
ਮੁੜ, ਮੁੜ ਉਭਰ ਰਿਹਾ

ਅਤੇ ਮੈਂ, ਆਪਣੇ ਚੌਗਿਰਦੇ ਨੂੰ
ਮੁਖਾਤਿਬ ਹੋ, ਆਖਦੀ ਹਾਂ :
ਜ਼ਿੰਦਗੀ, ਜ਼ਿੰਦਾ ਦਿਲੀ ਦਾ ਨਾਮ ਹੈ–

ਜ਼ਿੰਦਗੀ, ਇੱਕ ਯੁੱਧ-ਭੂਮੀ ਹੈ
ਮੈਂ ਹੌਸਲਾ ਨਹੀਂ ਛੱਡਾਂਗੀ।

ਸਿਮਰਤੀਆਂ

ਸਾਊਥ ਏਸ਼ੀਨ ਲੋਕਾਂ ਵਿੱਚ ਵੀ ਅਣਵਿਆਹੀਆਂ ਅਤੇ ਤਲਾਕ-ਸ਼ੁਦਾ ਮਾਂਵਾਂ ਹੁਣ ਇੱਕ ਸਮਾਜਕ ਵਰਤਾਰਾ ਬਣਦਾ ਜਾ ਰਿਹਾ ਹੈ। ਆਦਮੀ ਆਮ ਤੌਰ 'ਤੇ ਕਲਪਨਾ ਕਰ ਲੈਂਦੇ ਹਨ ਕਿ ਅਜਿਹੀਆਂ ਹਾਲਤਾਂ ਵਿੱਚ ਸਮਾਜਕ ਦਬਾਓ ਅਤੇ ਆਰਥਿਕ ਜ਼ਿੰਮੇਵਾਰੀਆਂ ਦੇ ਬੋਝ ਸਦਕਾ ਔਰਤਾਂ ਟੁੱਟ ਜਾਣਗੀਆਂ ਅਤੇ ਘਬਰਾਹਟ ਵਿੱਚ ਆ ਕੇ ਉਨ੍ਹਾਂ ਨੂੰ ਹੱਥਾਂ ਪੈਰਾਂ ਦੀ ਪੈ ਜਾਏਗੀ; ਉਹ ਮੁੜ ਉਨ੍ਹਾਂ ਆਪਣੇ ਧੱਕੜਸ਼ਾਹ ਅਤੇ ਵਹਿਸ਼ੀ ਮਰਦਾਂ ਕੋਲ ਵਾਪਸ ਆਉਣ ਲਈ ਕਾਹਲੀਆਂ ਪੈ ਜਾਣਗੀਆਂ। ਮੈਨੂੰ ਉਹ ਸਭ ਕੁਝ ਦੱਸਣ ਦੀ ਇਜਾਜ਼ਤ ਦਿਓ ਕਿ ਜੋ ਕੁਝ ਮੈਂ ਆਪਣੀ ਅੱਖਾਂ ਨਾਲ ਦੇਖਿਆ ਹੈ। ਆਦਮੀ ਕਦੀ ਕਦੀ ਜ਼ਰੂਰ ਠੀਕ ਹੁੰਦੇ ਹਨ, ਪਰ ਵਧੇਰੇ ਕਰਦੇ, ਇਹ ਗਲਤ ਹੀ ਹੁੰਦੇ ਹਨ। ਆਓ ਜ਼ਰਾ ਜਥਾਰਥ ਦੀ ਧੱਧਰ ਉੱਤੇ ਸੋਚੀਏ ਕਿ ਕਿਸ ਵਿਅਕਤੀ ਦੀਆਂ ਭਾਵਨਾਵਾਂ ਵਿੱਚ ਅਜਿਹੇ ਉਤਰਾ ਚੜ੍ਹਾਅ ਨਹੀਂ ਆਉਣਗੇ, ਜਦੋਂ ਕਿ ਉਹ ਅਜਿਹੇ ਬੇਰੁਖੀ ਦੇ ਮੌਸਮ ਵਿੱਚੋਂ ਲੰਘ ਰਿਹਾ ਹੋਵੇ। ਔਰਤਾਂ ਅੱਜ ਕੱਲ੍ਹ ਆਪਣੀਆਂ ਅੰਦਰਲੀਆਂ ਸੰਭਾਵਨਾਵਾਂ ਅਤੇ ਕੰਮਜ਼ੋਰੀਆਂ ਨੂੰ ਸਮਝਣ ਦੇ ਜਤਨ ਕਰ ਰਹੀਆਂ ਹਨ ਅਤੇ ਆਪਣੇ ਉਜਲੇ ਭਵਿੱਖ ਨੂੰ ਗਲਵੱਕੜੀ ਵਿੱਚ ਲੈਣ ਲਈ ਬੇਸਬਰੀ ਦੇ ਪਲ ਜੀਅ ਰਹਾਂ ਹਨ- ਤਸ਼ੱਦਦ ਮੁਕਤ ਜ਼ਿੰਦਗੀ। ਸਮਾਂ ਬਦਲ ਰਿਹਾ ਹੈ। ਔਰਤਾਂ ਹੁਣ ਆਪਣੇ ਆਪ ਨੂੰ ਬਦਕਿਸਮਤ ਇਨਸਾਨ ਨਹੀਂ ਸਮਝਦੀਆਂ। ਹੁਣ ਤਾਂ ਦਰਅਸਲ, ਕਈਆਂ ਨੂੰ ਇਸ ਗੱਲ ਉੱਤੇ ਫ਼ਖਰ ਹੈ ਕਿ ਉਹ ਬੇਅਰਥੀ ਅਤੇ ਸੁਆਦਹੀਨ ਜ਼ਿੰਦਗੀ 'ਚੋਂ ਬਚ ਕੇ ਨਿਕਲ ਆਈਆਂ ਹਨ।

(ਮਾਰਚ, 20, 1993)

RAVINDER BANSAL

ਮੈਂ ਆਪਣੇ ਮਨ ਨਾਲ ਇਹ ਫੈਸਲਾ ਕਰ ਲਿਆ ਹੈ ਕਿ ਜਿਉਂ ਹੀ ਮੈਂ ਕਿਸੇ ਘਟਨਾ ਨੂੰ ਵਾਪਰਦਿਆਂ ਹੋਇਆਂ ਵੇਖਾਂ ਤਾਂ ਮੈਂ ਆਪਣਾ ਪ੍ਰਤੀਕਰਮ ਜ਼ਾਹਿਰ ਕਰ ਦਿਆਂ। ਦੂਜੇ ਸ਼ਬਦਾਂ ਵਿੱਚ ਫੌਰਨ...ਮੈਂ ਜਦੋਂ ਵੀ ਅਜਿਹਾ ਕੀਤਾ ਤਾਂ ਮੈਂ ਚੰਗਾ ਚੰਗਾ ਮਹਿਸੂਸ ਕੀਤਾ। ਇਸ ਤਰ੍ਹਾਂ ਕਰਨ ਨਾਲ, ਮੇਰੇ ਕੋਲ, ਮਨ ਨੂੰ ਦੁੱਖ ਦੇਣ ਵਾਲੀਆਂ ਯਾਦਾਂ ਦੀ ਕੋਈ ਪਟਾਰੀ ਨਹੀਂ ਬਚਦੀ, ਕਿ ਕਿਸੇ ਨੇ ਮੈਨੂੰ ਥੱਲੇ ਲਗਾਉਣ ਦੀ ਕੋਸ਼ਿਸ਼ ਕੀਤੀ ਅਤੇ ਮੈਂ ਕੋਈ ਪ੍ਰਤੀਕਰਮ ਨ ਦਿਖਾਇਆ ਜਾਂ ਚੁੱਪ ਹੀ ਰਹੀ। ਮੈਂ ਜ਼ਿੰਦਗੀ ਤੋਂ ਸਿੱਖਿਆ ਹੈ ਕਿ ਚੰਗੇਪਨ ਦਾ ਦਿਖਾਵਾ ਕਰੀ ਜਾਣਾ ਕੋਈ ਵਧੀਆ ਗੱਲ ਨਹੀਂ...ਮੈਂ ਇਸ ਗੱਲ ਨੂੰ ਤਰਜੀਹ ਦੇਵਾਂਗੀ ਕਿ ਇਸ ਤਰ੍ਹਾਂ ਕਰਦਿਆਂ ਭਾਵੇਂ ਮੈਂ ਦੂਜਿਆਂ ਨੂੰ ਭੈੜੀ ਹੀ ਲੱਗਾ ਪਰ ਮੈਨੂੰ ਖ਼ੁਦ ਨੂੰ ਖ਼ੁਸ਼ੀ ਮਿਲੇਗੀ।

(ਦਸੰਬਰ 21, 1993)

ਘੋਰ ਨਿਰਾਸ਼ਾ ਵਿੱਚ ਜਦੋਂ ਮੇਰਾ ਮਨ ਬਹੁਤ ਹੀ ਅਸ਼ਾਂਤ ਹੋ ਗਿਆ ਤਾਂ ਅਚਾਨਕ ਹੀ ਮੈਨੂੰ ਮਹਿਸੂਸ ਹੋਣ ਲੱਗਾ ਕਿ ਮੈਂ ਇੱਕ ਵੱਡੀ ਮੁਸੀਬਤ ਵਿੱਚ ਫਸ ਚੁੱਕੀ ਹਾਂ। ਮਹਿਜ਼, ਇਸ ਕਰਕੇ ਕਿ ਮੈਂ ਦਿਆਲੂ ਸੁਭਾਅ ਦੀ ਹਾਂ ਅਤੇ ਹਰ ਕਿਸੇ ਦੀ ਮੱਦਦਗਾਰ ਬਣ ਜਾਂਦੀ ਹਾਂ। ਕਿਸੀ ਕੰਮ ਵਿੱਚ ਮੇਰਾ ਮਨ ਲਗਾਉਣਾ ਹੁਣ ਮੇਰੇ ਲਈ ਬਹੁਤ ਮੁਸ਼ਕਿਲ ਹੋ ਗਿਆ ਸੀ। ਹੁਣ ਤੱਕ ਦੀਆਂ ਮੇਰੀਆਂ ਪ੍ਰਾਪਤੀਆਂ ਗਹਿਰੀ ਧੁੰਧ ਵਿੱਚ ਡੁੱਬ ਚੁੱਕੀਆਂ ਸਨ। ਇਸ ਵਕਤ ਮੈਨੂੰ ਕਿਸੇ ਅਜਿਹੇ ਵਿਅਕਤੀ ਦੀ ਤਲਾਸ਼ ਸੀ ਜੋ ਕਿ ਮੇਰੇ ਦੁੱਖਾਂ ਦੀ ਕਹਾਣੀ ਸੁਣ ਸਕਦਾ। ਪਰ ਪਤਾ ਨਹੀਂ ਕਿਹੜੀ ਗੱਲ ਸੀ ਜੋ ਕਿ ਮੈਨੂੰ ਇਹ ਦੁੱਖ ਹੋਰਨਾਂ ਸਾਹਵੇਂ ਪ੍ਰਗਟ ਕਰਨ ਤੋਂ ਰੋਕ ਰਹੀ ਸੀ। ਮੈਂ ਇਸ ਗੱਲ ਵਿੱਚ ਵਿਸ਼ਵਾਸ ਕਰਨਾ ਸ਼ੁਰੂ ਕਰ ਦਿੱਤਾ ਸੀ ਕਿ ਜਿਹੜੇ ਲੋਕ ਦੂਜਿਆਂ ਦਾ ਧਿਆਨ ਰੱਖਦੇ ਹਨ ਉਹੀ ਦੁੱਖ ਹੰਢਾਉਂਦੇ ਹਨ। ਮੇਰੀ ਇਸ ਤਨਾਓ ਭਰੀ ਹਾਲਤ ਨੇ ਮੈਨੂੰ ਏਨਾ ਡਰਾ ਦਿੱਤਾ ਸੀ ਕਿ ਮੈਨੂੰ ਲੱਗਦਾ ਕਿ ਮੇਰਾ ਕਿਸੇ ਵੇਲੇ ਵੀ ਨਰਵਸ ਬਰੇਕਡਾਊਨ ਹੋ ਜਾਵੇਗਾ। ਮੈਂ ਇਸ ਹਾਲਤ ਵਿੱਚੋਂ ਆਪਣੇ ਆਪ ਨੂੰ ਸਿਰਫ਼ ਇਹ ਸੋਚ ਕੇ ਹੀ ਠੀਕ ਠਾਕ ਹਾਲਤ ਵਿੱਚ ਬਾਹਰ ਕੱਢ ਸਕੀ ਸਾਂ ਕਿ ਜੇਕਰ ਹਾਲਾਤ ਇਸ ਤਰ੍ਹਾਂ ਹੀ ਵਿਗੜਦੇ ਰਹੇ ਤਾਂ ਮੇਰੇ ਕੋਲ ਹੋਰ ਕੋਈ ਚਾਰਾ ਬਾਕੀ ਨਹੀਂ ਰਹਿ ਜਾਵੇਗਾ ਕਿ ਮੈਂ ਸਭ ਕੁਝ ਛੱਡ ਛੁਡਾ ਕੇ ਪਾਸੇ ਹੋ ਜਾਵਾਂ ਅਤੇ ਕਿਸੇ ਹੋਰ ਕੰਮ ਵਿੱਚ ਆਪਣਾ ਧਿਆਨ ਲਗਾਉਣਾ ਸ਼ੁਰੂ ਕਰ ਦਿਆਂ।

(ਦਸੰਬਰ 28, 19993)

ਕੋਈ ਵੀ ਸੰਬੰਧ ਕਿਸੇ ਤਰ੍ਹਾਂ ਦੀ ਵੀ ਲੁਕ-ਲਪੇਟ ਬਰਦਾਸ਼ਤ ਨਹੀਂ ਕਰਦਾ ਅਤੇ ਦੁਤਰਫ਼ੀ ਇਮਾਨਦਾਰੀ ਤੋਂ ਬਗ਼ੈਰ ਦੋਸਤਾਨਾ ਸੰਬੰਧਾਂ ਵਿੱਚ ਵਟ ਹੀ ਨਹੀਂ ਸਕਦਾ। ਅਤੇ ਨ ਹੀ ਅਜਿਹੇ ਸੰਬੰਧ ਵਧ ਫੁਲ ਸਕਦੇ ਹਨ। ਮੇਰੇ ਲਈ ਵਿਸ਼ਵਾਸ ਅਤੇ ਇਮਾਨਦਾਰੀ ਸੁਰਗ ਦਾ ਝੂਟਾ ਹੈ...ਉਸ ਔਰਤ ਨੇ ਆਖਿਰ ਆਪਣਾ ਨਿਰਨਾ ਲੈ ਹੀ ਲਿਆ। ਭਾਵੇਂ ਕਿ ਉਹ ਇਸ ਫੈਸਲੇ ਤੋਂ ਪੈਦਾ ਹੋਣ ਵਾਲੇ ਨਤੀਜਿਆਂ ਤੋਂ ਬੇਖਬਰ ਸੀ। ਉਸਨੂੰ ਉਸ ਪਲ ਇਹ ਸੋਚ ਕੇ ਬਹੁਤ ਹੀ ਦੁੱਖ ਹੋਇਆ ਕਿ ਉਸਨੂੰ ਕਿਸੇ ਵੀ ਚੀਜ਼ ਬਾਰੇ ਬਹੁਤ ਘੱਟ ਜਾਣਕਾਰੀ ਸੀ। ਉਸਨੇ ਕਿਹਾ ਕਿ ਉਸਨੇ ਤਾਂ ਮਹਿਜ਼ ਕਲਪਣਾ ਹੀ ਕੀਤੀ ਸੀ ਕਿ ਜੇਕਰ ਇਕ ਵਾਰ ਹਿੰਮਤ ਕਰਕੇ ਉਸਨੇ ਸੜਕ ਪਾਰ ਕਰ ਲਈ ਤਾਂ ਉਸ ਪਾਰ ਆਜ਼ਾਦੀ ਕਿਹੋ ਜਿਹੀ ਹੋਵੇਗੀ ? ਅੱਜ ਉਹ ਉਦਾਸ ਸੀ। ਉਹ ਮਹਿਸੂਸ ਕਰਦੀ ਸੀ ਕਿ ਉਹ ਸ਼ਾਇਦ ਇਕੱਲੀ ਗੁਜ਼ਰਾ ਨਹੀਂ ਕਰ ਸਕੇਗੀ। ਪਰ ਖ਼ੁਸ਼ੀ ਚੋਣ ਕਰਨ ਦੀ ਆਜ਼ਾਦੀ ਵਿੱਚੋਂ ਹੀ ਜਨਮ ਲੈਂਦੀ ਹੈ ਅਤੇ ਚੋਣ ਜਾਣਕਾਰੀ ਨਾਲ ਹੀ ਪ੍ਰਾਪਤ ਹੁੰਦੀ ਹੈ। ਮੈਨੂੰ ਆਸ ਹੈ ਕਿ ਉਹ ਆਇਸਤਾ ਆਇਸਤਾ ਸਭ ਕੁਛ ਸਿਖ ਜਾਏਗੀ। ਉਸਨੇ ਆਪਣੇ ਇਸ ਫੈਸਲੇ ਨੂੰ ਅੰਤਿਮ ਫੈਸਲਾ ਕਿਹਾ। ਮੈਂ ਕਿਹਾ ਕਿ ਜ਼ਿੰਦਗੀ ਦਾ ਇਹ ਇੱਕ ਸੁਖਾਵਾਂ ਮੋੜ ਹੈ। ਉਸਨੇ ਅੱਜ ਇੰਜ ਮਹਿਸੂਸ ਕੀਤਾ ਜਿਵੇਂ ਕਿਤੇ ਉਹ ਆਪਣੇ ਸਾਰੇ ਲੀੜੇ ਲਾਹ ਕੇ ਅਲਫ਼ ਨੰਗੀ ਹੋ ਗਈ ਹੋਵੇ। ਸ਼ਾਇਦ, ਇਹ ਤਾਂ ਉਸਦਾ ਇੱਕ ਨਵਾ ਜਨਮ ਹੈ- ਜ਼ਿੰਦਗੀ ਦੀ ਬਿਲਕੁਲ ਇੱਕ ਨਵੀਂ ਸ਼ੁਰੂਆਤ।

(ਜਨਵਰੀ 2, 1994)

ਤਕਰੀਬਨ ਹਰ ਪੰਜਾਬੀ ਔਰਤ ਦੇ ਦਿਮਾਗ਼ ਵਿੱਚ ਬਚਪਨ ਤੋਂ ਹੀ ਇਹ ਵਿਚਾਰ ਤੁੰਨ ਤੁੰਨ ਕੇ ਭਰਿਆ ਜਾਂਦਾ ਹੈ ਕਿ ਅਸੀਂ ਕਮਜ਼ੋਰ ਜਾਤ ਦੀਆਂ ਹਾਂ। ਕਿ ਅਸੀਂ ਕਦੀ ਵੀ ਆਦਮ ਜਾਤ ਦਾ ਮੁਕਾਬਲਾ ਨਹੀਂ ਕਰ ਸਕਦੀਆਂ। ਸਾਡੀ ਆਜ਼ਾਦੀ ਉੱਤੇ ਜਨਮ ਤੋਂ ਹੀ ਰੋਕ ਲੱਗ ਜਾਂਦੀ ਹੈ। ਸਾਨੂੰ ਇਕ ਤਰ੍ਹਾਂ ਨਾਲ ਮਜ਼ਬੂਰ ਕਰ ਦਿੱਤਾ ਜਾਂਦਾ ਹੈ ਕਿ ਅਸੀਂ ਨਿਮਾਣੀਆਂ ਬਣ ਕੇ, ਮਰਦ ਸਾਹਮਣੇ, ਹੱਥ ਜੋੜ ਸਿਰ ਝੁਕਾ ਕੇ ਖੜ੍ਹੀਆਂ ਹੋ ਜਾਈਏ ਅਤੇ ਕਹੀਏ, "ਦਾਤਾ! ਤੇਰੇ ਅੱਗੇ ਸਾਡਾ ਕੀ ਜ਼ੋਰ"। ਔਰਤ ਦੀ ਜ਼ਿੰਦਗੀ ਦੀਆਂ ਇਹ ਮੌਤ ਮਾਰ ਦੇਣ ਵਾਲੀਆਂ ਬੁਝਾਰਤਾਂ ਹਨ। ਮੈਂ ਖ਼ੁਸ਼ ਹਾਂ ਕਿ ਨਵੀਂ ਉਮਰ ਦੀਆਂ ਔਰਤਾਂ ਦਿਨੋਂ ਦਿਨ ਹਰ ਪੱਖੋਂ ਵਧੀਆ ਢੰਗ ਨਾਲ ਜ਼ਿੰਦਗੀ ਜਿਊਣ ਦੀ ਚੋਣ ਕਰ ਰਹੀਆਂ ਹਨ। ਥੋੜੇ ਚਿਰ ਲਈ ਤਾਂ ਭਾਵੇਂ ਉਨ੍ਹਾਂ ਨੂੰ ਇਹ ਸੁਨਣਾ ਪੈਂਦਾ ਹੈ ਕਿ ਉਹ ਰੁੱਖੀਆਂ, ਨੁਕਤਾਚੀਨ ਤੇ ਬੇਚੈਨ ਹਨ। ਪਰ ਲੰਬੇ ਸਮੇਂ ਲਈ ਉਹ ਆਪਣੇ ਆਪ ਨੂੰ ਅਰਥਹੀਨ ਜ਼ਿੰਦਗੀ ਦੇ ਬੋਝ ਤੋਂ ਸੁਰਖ਼ਰੂ ਕਰ ਲੈਂਦੀ ਹਨ।

(ਜਨਵਰੀ 20, 1994)

ਅਸੀਂ ਔਰਤਾਂ ਚਾਹੁੰਦੀਆਂ ਹਾਂ ਕਿ ਆਦਮੀ ਥੋੜਾ ਜਿਹਾ ਹੋਰ ਸਾਡੀਆਂ ਭਾਵਨਾਵਾਂ ਨਾਲ ਇੱਕ ਸਿਕ ਹੋ ਸਕਣ। ਔਰਤ ਦਾ ਥੋੜਾ ਜਿਹਾ ਹੱਠ-ਧਰਮੀ ਹੋਣਾ ਕੋਈ ਮਾੜੀ ਗੱਲ ਨਹੀਂ; ਤਾਂ ਕਿ ਆਦਮੀ ਜਾਣ ਸਕਣ ਕਿ ਸਾਨੂੰ ਕੀ ਪਸੰਦ ਹੈ ਅਤੇ ਕੀ ਨ-ਪਸੰਦ...ਅਫ਼ਸੋਸ ਹੈ ਕਿ ਉਹ ਮੇਰੀ ਨਸੀਹਤ ਦੇ ਲਾਭਕਾਰੀ ਪੱਖ ਨੂੰ ਸਮਝ ਨ ਸਕੀ। ਉਸਦੇ ਵਿਚਾਰ ਸਪੱਸ਼ਟ ਤੌਰ 'ਤੇ ਇਨ੍ਹਾਂ ਸਭਿਆਚਾਰਕ ਵਿਸ਼ਵਾਸ਼ਾਂ ਦੀ ਪੁਸ਼ਟੀ ਕਰਦੇ ਸਨ ਕਿ ਔਰਤਾਂ ਆਦਮੀਆਂ ਤੋਂ ਘਟੀਆ ਹੁੰਦੀਆਂ ਹਨ। ਜਦੋਂ ਤੱਕ ਕਿ ਅਸੀਂ ਦ੍ਰਿੜਤਾ ਨਾਲ ਖੜ੍ਹਕੇ ਕਿਸੇ ਗੱਲ ਬਾਰੇ ਆਪਣੀ ਨ-ਪਸੰਦਗੀ ਦਾ ਇਜ਼ਹਾਰ ਕਰਨ ਦੀ ਜੁੱਰਤ ਨਹੀਂ ਕਰਦੀਆਂ, ਓਨਾਂ ਚਿਰ ਤੱਕ ਸਭਿਆਚਾਰਕ ਪੱਖਪਾਤ ਅਤੇ ਔਰਤ ਪ੍ਰਤੀ ਅਗਿਆਨਤਾ ਕਦੀ ਵੀ ਬਦਲ ਨਹੀਂ ਸਕਦੇ। ਸੰਤਾਪ ਭਰੀ ਜ਼ਿੰਦਗੀ 'ਤੇ ਕਦੀ ਵੀ ਰੋਕ ਨਹੀਂ ਲੱਗੇਗੀ। ਕਿਸੇ ਸੰਬੰਧ ਵਿੱਚ ਜਾਂ ਰੁਜ਼ਗਾਰ ਵਿੱਚ, ਸਾਨੂੰ ਕਦੇ ਵੀ ਸੰਤਲਿਤ ਵਰਤਾਓ ਦੀ ਪ੍ਰਾਪਤੀ ਨਹੀਂ ਹੋਵੇਗੀ। ਮੇਰੇ ਨਾਲਜਦ ਕਦੀ ਵੀ ਅਜਿਹਾ ਵਾਪਰਿਆ ਤਾਂ ਮੈਂ ਉੱਚੀ ਆਵਾਜ਼ ਵਿੱਚ ਚੀਖੀ। ਇਹ ਯਕੀਨੀ ਬਣਾਉਣ ਲਈ ਕਿ ਮੇਰੀ ਚੰਘਿਆੜ ਸੁਣੀ ਜਾਵੇ। ਮੈਂ ਕਿਸੇ ਨੂੰ ਵੀ ਇਜਾਜ਼ਤ ਨਹੀਂ ਦਿਆਂਗੀ। ਕਿਸੇ ਇੱਕ ਨੂੰ ਵੀ, ਕਿ ਉਹ ਮੇਰੇ ਹੱਕਾਂ ਉੱਤੇ ਛਾਪਾ ਮਾਰੇ ਕਿਉਂਕਿ ਮੈਂ ਇੱਕ ਔਰਤ ਹਾਂ।

(ਫਰਵਰੀ 14, 1994)

ਵਿਚੋਲੇ ਕਿਸੇ ਵੀ ਚਲਾਕ ਤੇ ਮਚਲੇ ਵਿਉਪਾਰੀ ਤੋਂ ਘੱਟ ਨਹੀਂ ਹੁੰਦੇ। ਅੱਜ ਕੱਲ੍ਹ ਉਨ੍ਹਾਂ ਵੱਲੋਂ ਕਿਸੇ ਦੇ ਚਰਿਤਰ ਬਾਰੇ ਦਿੱਤੇ ਵਿਸ਼ਵਾਸ਼ ਸਿਰਫ਼ ਵਿਆਹ ਦੇ ਦਿਨ ਤੱਕ ਹੀ ਯਕੀਨ ਕਰਨ ਦੇ ਕਾਬਿਲ ਹੁੰਦੇ ਹਨ। ਕੁਝ ਹਾਲਤਾਂ ਵਿੱਚ ਜੋ ਕਿ ਮੈਂ ਦੇਖੀਆਂ ਹਨ, ਵਿਚੋਲਿਆਂ ਦੀ ਜ਼ਿੰਮੇਵਾਰੀ, ਮਹਿਜ਼, ਵਿਆਹ ਦੇ ਦਿਨ ਦੀ ਦਾਹਵਤ ਖਾ ਕੇ ਡਕਾਰ ਮਾਰਨ ਤੱਕ ਹੀ ਸੀਮਿਤ ਰਹਿ ਜਾਂਦੀ ਹੈ। ਜੋ ਕਿ ਕੁਲ ਮਿਲਾ ਕੇ 4-6 ਘੰਟਿਆਂ ਤੱਕ ਹੀ ਹੁੰਦਾ ਹੈ- ਇੱਕ ਪੂਰੇ ਦਿਨ ਤੋਂ ਵੀ ਘੱਟ। ਜਦੋਂ ਭਾਵਨਾਵਾਂ ਦਾ ਘਾਣ-ਬੱਚਾ ਪੀੜ੍ਹਿਆ ਜਾਣ 'ਤੇ ਪ੍ਰਵਾਰਕ ਬੇੜੀ ਤੂਫ਼ਾਨੀ ਪਾਣੀਆਂ 'ਚ ਘੁੰਮਨ ਘੇਰੀਆਂ ਖਾਣ ਲੱਗਦੀ ਹੈ ਤਾਂ ਵਿਚੋਲੇ ਆਪਣੀਆਂ ਨਜ਼ਰਾਂ ਘੁਮਾ ਕੇ ਇੰਜ ਵਿਖਾਵਾ ਕਰਨ ਲੱਗਦੇ ਹਨ ਜਿਵੇਂ ਕਿ ਉਨ੍ਹਾਂ ਦਾ ਇਸ ਹੱਤਿਆ ਵਿੱਚ ਕੋਈ ਹੱਥ ਨਹੀਂ ਹੁੰਦਾ। ਇਹ ਲੋਕ, ਦਰਅਸਲ, ਸਮਾਜਿਕ ਆਦਰ ਮਾਣ ਦੇ ਕਾਬਿਲ ਹੀ ਨਹੀਂ ਹੁੰਦੇ। ਆਪਣਾ ਘਰ ਘਾਟ ਲੁਟਾ ਕੇ ਕੀ ਸਾਨੂੰ ਇਨ੍ਹਾਂ ਲਾਲਚੀ ਵਿਚੋਲਿਆਂ ਦੀ ਜ਼ਰੂਰਤ ਹੈ ਵੀ ? ਚਲੋ ਅਜਿਹੇ ਗਏ ਗੁਜ਼ਰੇ ਸਿੱਟੀ ਦੇ ਮਾਧੋਆਂ ਨੂੰ ਛੱਡ ਕੇ ਦੇਖੀਏ ਅਤੇ ਆਪ ਖੁਦ ਹੀ ਕਿਉਂ ਨ ਆਪਣੇ ਜੀਵਨ ਸਾਥੀ ਦੀ ਤਲਾਸ਼ ਕਰੀਏ।

(ਫਰਵਰੀ 23, 1994)

DAVINDER BANSAL 19

ਜਿਹੜੇ ਲੋਕ ਤਹਿ-ਸ਼ੁਦਾ ਵਿਆਹਾਂ ਵਿੱਚ ਵਿਸ਼ਵਾਸ਼ ਰੱਖਦੇ ਹਨ ਉਹ ਕਹਿੰਦੇ ਹਨ ਕਿ ਵਿਆਹੁਤਾ ਜੀਵਨ ਨੂੰ ਕਾਮਿਯਾਬ ਹੋਣ ਲਈ ਮੌਕਾ ਦਿੱਤਾ ਜਾਣਾ ਚਾਹੀਦਾ ਹੈ। ਮੈਂ ਸਮਝਦੀ ਹਾਂ ਕਿ ਇੱਕ ਦੂਜੇ ਨੂੰ ਸਮਝਣ ਵਾਸਤੇ ਹਰ ਰਿਸ਼ਤੇ ਨੂੰ ਹੀ ਵਕਤ ਦੀ ਜ਼ਰੂਰਤ ਹੁੰਦੀ ਹੈ। ਪਰ ਮੇਰਾ ਸੁਆਲ ਇਹ ਹੈ ਕਿ ਕਿੰਨਾ ਕੁ ਚਿਰ ? ਉਮਰ ਭਰ ਕਿਸੇ ਵਿਅਕਤੀ ਤੋਂ ਇਸ ਗੱਲ ਦੀ ਉਮੀਦ ਕਰਦੀ ਜਾਓ ਕਿ ਉਹ ਬਦਲ ਜਾਏਗਾ, ਪਰ ਮੈਂ ਇਹ ਮਨਜ਼ੂਰ ਨਹੀਂ। ਯਕੀਨਨ, ਅਜਿਹੀ ਸੋਚ ਰੱਖਣ ਵਾਲੇ ਲੋਕਾਂ ਨੂੰ ਰਤੀ ਭਰ ਵੀ ਗਿਆਨ ਨਹੀਂ ਹੁੰਦਾ ਕਿ ਇੱਕ ਮਾੜਾ ਵਿਆਹ, ਜੋੜੇ ਨਾਲ ਸੰਬੰਧਤ, ਹਰ ਕਿਸੇ ਲਈ ਮਾਨਸਿਕ ਬੋਝ ਬਣ ਜਾਂਦਾ ਹੈ। ਕਰੂਪ ਹੋਈਆਂ ਭਾਵਨਾਵਾਂ ਨਾਲ ਇਹ ਜੋੜੇ ਆਪਣੇ ਬੱਚਿਆਂ ਨੂੰ ਕਿਵੇਂ ਉੱਜਲਾ ਭਵਿੱਚ ਦੇ ਸਕਦੇ ਹਨ ?

(ਫਰਵਰੀ 25, 1994)

ਹਾਂ, ਮੈਂ ਹਮੇਸ਼ਾ ਹੀ ਹੱਲਾ ਕਰਨ ਲਈ ਤਿਆਰ ਰਹਿੰਦੀ ਹਾਂ, ਮੂੰਹ ਵੱਟ, ਨੰਹੁਦਰਾਂ ਤਿੱਖੀਆਂ ਕਰ, ਚਿੜਚਿੜੀ ਹੋ, ਬਹਿਸ ਕਰਦੀ ਹਾਂ ਅਤੇ ਪੁੱਛਦੀ ਹਾਂ "ਕੀ ਤੂੰ ਵੀ ਏਦਾਂ ਹੀ ਨਹੀ ? ਕੀ ਮੈਂ ਇਨਸਾਨ ਨਹੀਂ ਹਾਂ ?" ਮੇਰੀਆਂ ਵੀ ਭਾਵਨਾਵਾਂ ਹਨ ਅਤੇ ਇਨ੍ਹਾਂ ਨੂੰ ਜ਼ਾਹਿਰ ਕਰਨ ਤੋਂ ਮੈਨੂੰ ਕੋਈ ਸ਼ਰਮ ਨਹੀਂ। ਕਦੀ ਵੀ-ਮੈਨੂੰ ਭਾਵੇਂ ਰਤੀ ਭਰ ਹੀ ਮੌਕਾ ਕਿਉਂ ਨ ਮਿਲੇ। ਕਿਸੇ ਵੀ ਸਮੇਂ ਮੈਨੂੰ ਕਦੀ ਆਪਣੀ ਸਵੈਰਾਖੀ ਕਰਨ ਦਾ ਮੌਕਾ ਮਿਲਿਆ ਤਾਂ ਮੈਂ ਪੂਰੀ ਸ਼ਿੱਦਤ ਨਾਲ ਜ਼ਰੂਰ ਕੀਤੀ ਹੈ। ਜ਼ਿੰਦਗੀ ਦੇ ਇੱਕ ਮੋੜ 'ਤੇ ਆ ਕੇ ਮੈਂ ਆਪਣੀ ਸਖ਼ਸ਼ੀਅਤ ਦੇ ਪੱਖਾਂ ਨੂੰ ਘੋਖਿਆ ਅਤੇ ਮੈਨੂੰ ਪ੍ਰਸੰਨਤਾ ਭਰੀ ਹੈਰਾਨੀ ਹੋਈ। ਇਸਨੇ ਮੇਰੀ ਜ਼ਿੰਦਗੀ ਨੂੰ ਇੱਕ ਭਰਵੀਂ ਚੰਗਿਆੜੀ ਦਿੱਤੀ। ਮੈਨੂੰ ਅਨੇਕਾਂ ਤਰ੍ਹਾਂ ਦੀ ਜ਼ਿੰਦਗੀ ਜਿਉਣ ਦੀ ਜਾਚ ਆ ਗਈ ਅਤੇ ਮੈਂ ਉਸ ਨੂੰ ਪੂਰੀ ਤਰ੍ਹਾਂ ਮਾਨਣ ਦੀ ਕੋਸ਼ਿਸ਼ ਕੀਤੀ। ਪਰ ਫਿਰ ਵੀ ਕਈਆਂ ਨੇ ਮੈਨੂੰ ਪਾਗਲ ਔਰਤ ਤੱਕ ਕਿਹਾ। ਅਜਿਹੇ ਵਿਅਕਤੀਆਂ ਬਾਰੇ ਮੇਰੇ ਵਿਚਾਰ ਵੀ ਇਸੇ ਤਰ੍ਹਾਂ ਹੀ ਹਨ। ਪਰਵਾਰਿਕ ਜ਼ਿੰਮੇਵਾਰੀਆਂ, ਰੁਜ਼ਗਾਰ ਅਤੇ ਆਪਣੀਆਂ ਨਿੱਜੀ ਜ਼ਰੂਰਤਾ ਵਿੱਚ ਸੰਤੁਲਨ ਕਾਇਮ ਰੱਖਣਾ ਮੇਰੇ ਲਈ ਇੱਕ ਵੱਡੀ ਚੁਣੌਤੀ ਹੈ। ਕੀ ਉਨ੍ਹਾਂ ਨੇ ਮੈਨੂੰ ਸਮਝਣ ਦੀ ਕੋਸ਼ਿਸ਼ ਕੀਤੀ ਹੈ ? ਨਹੀਂ, ਤਾਂ ਇਹ ਸੋਚਹੀਣ ਲੋਕ ਮੈਨੂੰ ਕਿਵੇਂ ਜਾਨਣਗੇ ?

(ਫਰਵਰੀ 28, 1994)

ਕੁਝ ਲੋਕ ਸੈਕਸ ਨੂੰ ਇੱਕ ਮਾਰੂ ਹਥਿਆਰ ਵਜੋਂ ਵਰਤਦੇ ਹਨ। ਉਹ ਸੋਚਦੇ ਹਨ ਕਿ ਜੱਫੀਆਂ ਪਾਣ ਨਾਲ ਅਤੇ ਕੁਝ ਚੁੰਮੀਆਂ ਲੈਣ ਨਾਲ ਉਹ ਕਿਸੇ ਵੀ ਔਰਤ ਨੂੰ ਆਪਣੇ ਮੰਤਵ ਦੀ ਪੂਰਤੀ ਲਈ ਵਰਤ ਸਕਦੇ ਹਨ। ਅਜਿਹੇ ਆਦਮੀ ਜਦ ਆਖਦੇ ਹਨ ਕਿ ਉਨ੍ਹਾਂ ਦੀਆਂ ਪੈਂਟਾਂ ਕਿਸੇ ਸ਼ੈ ਨਾਲ ਭਰੀਆਂ ਹੋਈਆਂ ਹਨ ਤਾਂ ਦਰਅਸਲ ਉਹ ਮਾਨਸਿਕ ਤੌਰ ਉੱਤੇ ਖੋਖਲੇ ਹੁੰਦੇ ਹਨ ਅਤੇ ਭਾਵਨਾਤਮਕ ਤੌਰ 'ਤੇ ਕੂੜਾ-ਕਰਕਟ ਨਾਲ ਹੀ ਭਰੇ ਹੁੰਦੇ ਹਨ। ਆਪਣੀ ਜ਼ਿੰਦਗੀ ਨਾਲ ਸੰਬੰਧਤ ਮੈਂ ਅਜਿਹੇ ਅਨੇਕਾਂ ਵਿਅਕਤੀਆਂ ਨੂੰ ਜਾਣਦੀ ਹਾਂ ਜਿਨ੍ਹਾਂ ਦਾ ਜ਼ਿਕਰ ਕਰਨ ਨਾਲ ਹੀ ਉਨ੍ਹਾਂ ਦੀ ਫੂਕ ਨਿਕਲ ਸਕਦੀ ਹੈ। ਇਨ੍ਹਾਂ ਮਰਦਾਂ ਸਦਕਾ ਕਈ ਔਰਤਾਂ ਨੂੰ ਜ਼ਿੰਦਗੀ ਵਿੱਚ ਉਦਾਸੀ ਮਿਲੀ ਹੈ। ਅਜਿਹੇ ਇੱਕ ਗਲੇ ਸੜੇ ਖਿਆਲਾਂ ਵਾਲੇ ਮਨੁੱਖ ਹੱਥੋਂ ਸਤਾਈ ਹੋਈ ਇੱਕ ਔਰਤ ਨੂੰ ਮੈਂ ਬੜੇ ਧਿਆਨ ਨਾਲ ਵੇਖਿਆ। ਉਸਦੀਆਂ ਅੱਖਾਂ 'ਚ ਪਾਣੀ ਛੱਲਾਂ ਮਾਰਦਾ ਸੀ, ਜੋ ਕਿ ਕਦੇ ਵੀ ਰੁੜ੍ਹਿਆ ਨਹੀਂ ਸੀ। ਮੈਂ ਉਸਨੂੰ ਦਿਲਾਸਾ ਦੇਣ ਲਈ ਆਪਣੀ ਬਾਹਾਂ ਵਿੱਚ ਘੁੱਟ ਲਿਆ। ਉਸ ਦੀਆਂ ਅੱਖਾਂ 'ਚੋਂ ਜਿਵੇਂ ਹੰਝੂਆਂ ਦਾ ਦਰਿਆ ਹੀ ਵਗ ਪਿਆ, ਜਿਵੇਂ ਕਿਤੇ ਉਹ ਪਹਿਲੀ ਵਾਰ ਜੀਅ ਭਰਕੇ ਰੋ ਸਕੀ ਹੋਵੇ। ਉਸਦਾ ਦਿਲ ਪਾਟ ਗਿਆ ਅਤੇ ਉਸਦੇ ਬੋਲ ਵੀ ਉਸਦੇ ਹੰਝੂਆਂ ਦੇ ਦਰਿਆ ਵਿੱਚ ਹੀ ਗੜ੍ਹੁੱਚ ਹੋ ਗਏ।

(ਮਾਰਚ 21, 1994)

ਮੈਂ ਅਜਿਹੀਆਂ ਬਹੁਤ ਸਾਰੀਆਂ ਵਿਸ਼ੇਸ਼ ਗੁਣਾਂ ਵਾਲੀਆਂ ਅਤੇ ਜ਼ਹੀਨ ਦਿਮਾਗ਼ਾਂ ਵਾਲੀਆਂ ਔਰਤਾਂ ਨੂੰ ਮਿਲੀ ਹਾਂ ਜੋ ਕਿ ਸਭਿਆਚਾਰਕ ਬੰਦਿਸ਼ਾਂ ਕਰਕੇ ਆਪਣੀ ਸ਼ਖ਼ਸੀਅਤ ਦੇ ਵਿਸ਼ੇਸ਼ ਪੱਖਾਂ ਦੀ ਵਰਤੋਂ ਨਹੀਂ ਕਰ ਸਕਦੀਆਂ। ਬਹਿਸ ਵਿੱਚ ਉਲਝ ਜਾਣ ਤੋਂ ਬਚਣ ਲਈ, ਅਨੇਕਾਂ ਵਾਰ, ਅਸੀਂ ਸੋਖਿਆਂ ਹੀ ਦੂਜੀ ਧਿਰ ਨਾਲ ਸਹਿਮਤੀ ਪਰਗਟ ਕਰ ਦਿੰਦੀਆਂ ਹਾਂ। ਕਈ ਹਲਤਾਂ ਵਿੱਚ ਤਾਂ ਅਸੀਂ ਮਰਦਾਂ ਅਤੇ ਸਮਾਜ (ਆਮ ਤੌਰ 'ਤੇ) ਨੂੰ ਬਹੁਤ ਹੀ ਜ਼ਿਆਦਾ ਸ਼ਕਤੀ ਦੇ ਦਿੰਦੀਆਂ ਹਾਂ- ਬਿਲਕੁਲ ਹੀ ਰੱਬ ਵਰਗੀ ਸ਼ਕਤੀ। ਉਨ੍ਹਾਂ ਨੂੰ ਇਸ ਪ੍ਰਾਪਤੀ ਵਿੱਚੋਂ ਸੰਤੁਸ਼ਟੀ ਮਿਲਦੀ ਹੈ। ਵਿਸ਼ੇਸ਼ ਕਰਕੇ, ਆਪਣਾ ਮਾਨਸਿਕ ਸੰਤੁਲਨ ਗਵਾ ਚੁੱਕੇ ਅਤੇ ਈਰਖਾਲੂ ਕਿਸਮ ਦੇ ਮਰਦ ਤਾਂ ਔਰਤਾਂ ਨੂੰ ਜ਼ਬਰਦਸਤੀ ਆਪਣੇ ਅਧੀਨ ਰੱਖ ਕੇ ਇਸ ਤਰ੍ਹਾਂ ਦੀ ਸੰਤੁਸ਼ਟੀ ਅਤੇ ਆਨੰਦ ਦਾ ਅਨੁਭਵ ਕਰਦੇ ਹਨ; ਜਿਵੇਂ ਕੋਈ ਮਗਰਮੱਛ ਕਿਸੇ ਜੀਵ ਨੂੰ ਆਪਣੇ ਖੂੰਖਾਰ ਜ਼ਬਾੜਿਆਂ ਵਿੱਚ ਦਬੋਚ ਕੇ ਸੰਤੁਸ਼ਟੀ ਦਾ ਅਨੁਭਵ ਮਹਿਸੂਸ ਕਰਦਾ ਹੋਵੇ। ਬਿਮਾਰ ਮਾਨਸਿਕਤਾ ਅਤੇ ਬੌਣੀ ਸੋਚ ਰੱਖਣ ਵਾਲੇ ਅਜਿਹੇ ਮਰਦ ਆਪਣੀ ਹਿਟਲਰੀਸ਼ਾਹੀ ਤਾਕਤ ਦਾ ਅੰਨ੍ਹਾ ਵਿਖਾਵਾ ਕਰਕੇ ਆਪਣੇ ਨੰਬਰ ਬਨਾਉਣ ਲਈ ਆਪਣੀਆਂ ਅਜਿਹੀਆਂ ਮੱਕਾਰ ਕੋਸ਼ਿਸਾਂ ਉਦੋਂ ਤੱਕ ਜਾਰੀ ਰੱਖਣਗੇ ਜਦੋਂ ਤੱਕ ਕਿ ਅਸੀਂ ਉਨ੍ਹਾਂ ਨੂੰ ਸਪੱਸ਼ਟ ਤੌਰ 'ਤੇ ਅਜਿਹਾ ਕਰਨ ਤੋਂ ਰੋਕ ਨਹੀਂ ਦਿੰਦੀਆਂ। ਜੇਕਰ ਅਸੀਂ ਇਸ ਜਾਲਮ ਅਤੇ ਘਿਨਾਉਣੇ ਸਿਲਸਿਲੇ ਨੂੰ, ਬਿਨ੍ਹਾਂ ਕਿਸੀ ਰੋਕ ਟੋਕ ਦੇ, ਇਸੀ ਤਰ੍ਹਾਂ ਜਾਰੀ ਰਹਿਣ ਦਿੱਤਾ ਤਾਂ ਅਸੀਂ ਕਦੀ ਵੀ ਅਗਿਆਨਤਾ ਦੇ ਮਹੱਲਾਂ ਦੇ ਵੱਡੇ ਅਤੇ ਸ਼ਕਤੀਵਰ ਦਰਵਾਜ਼ੇ ਭੰਨ ਨਹੀਂ ਸਕਾਂਗੀਆਂ। ਹਰ ਵਾਰੀ ਜਦੋਂ ਅਸੀਂ ਅਜਿਹੇ ਲੋਕਾਂ ਨੂੰ ਆਪਣੀ ਮਨ-ਮਰਜ਼ੀ ਕਰ ਲੈਣ ਦਿੰਦੀਆਂ ਹਾਂ ਤਾਂ ਅਸੀਂ ਸ਼ਕਤੀਵਰ ਲੋਕਾਂ ਨੂੰ ਪਹਿਲਾਂ ਨਾਲੋਂ ਵੀ ਹੋਰ ਵੱਧ ਸ਼ਕਤੀਵਰ ਬਣ ਜਾਣ ਦਿੰਦੀਆਂ ਹਾਂ; ਅਤੇ ਉਨ੍ਹਾਂ ਨੂੰ ਹਰੀ ਝੰਡੀ ਦੇ ਕੇ ਪੂਰੀ ਤਰ੍ਹਾਂ ਖੁੱਲ੍ਹ ਦੇ ਦਿੰਦੀਆਂ ਹਾਂ ਕਿ ਉਹ ਸਾਡੇ ਹੱਕਾਂ ਦੀ ਬਿਨ੍ਹਾਂ ਕਿਸੀ ਝਿਜਕ ਦੇ ਉਲੰਘਣਾ ਕਰ ਸਕਦੇ ਹਨ।

(ਫਰਵਰੀ 21, 1994)

ਮੇਰੀਆਂ ਝਾਂਜਰਾਂ ਦੀ ਛਨਛਨ

'ਮੇਰੀਆਂ ਝਾਂਜਰਾਂ ਦੀ ਛਨਛਨ' ਪੰਜਾਬੀ ਵਿੱਚ ਪ੍ਰਕਾਸ਼ਤ ਇਕ ਨਿਵੇਕਲਾ ਪ੍ਰਯੋਗ ਹੈ। ਜਿਸ ਵਿੱਚ ਇਕ ਕਵੀ-ਕਲਾਕਾਰ ਦੀ ਕਵਿਤਾ ਤੇ ਚਿਤਰ (ਡਰਾਇੰਗਜ਼) ਨਾਲੋ ਨਾਲ ਵਿਚਰਕੇ, ਇਕ ਦੂਜੇ ਦੇ ਸਾਹਵੇਂ, ਇਕ ਨਵਾਂ ਰੂਪਾਕਾਰ ਬਣਾ ਦਿੰ ਹਨ। ਪੰਜਾਬੀ ਵਿੱਚ ਕਵੀ-ਚਿਤਰਕਾਰ ਤਾਂ ਸਾਹਮਣੇ ਆਉਂਦੇ ਰਹੇ ਹਨ, ਪਰ ਇਸ ਰੂਪਾਕਾਰ ਨੂੰ ਇਉਂ ਰੀਝ ਨਾਲ ਪ੍ਰਕਾਸ਼ਤ ਇਸ ਪੁਸਤਕ ਵਿੱਚ ਹੀ ਪਹਿਲੀ ਵਾਰ ਕੀਤਾ ਗਿਆ ਹੈ। ਅੰਗਰੇਜ਼ੀ, ਫਰੈਂਚ, ਜਰਮਨ ਤੇ ਹੋਰ ਭਾਸ਼ਾਵਾਂ ਵਿੱਚ ਤਾਂ ਇਉਂ ਕੀਤਾ ਜਾਂਦਾ ਰਿਹਾ ਹੈ, ਪਰ ਪੰਜਾਬੀ ਵਿੱਚ ਰਚਨਾ ਦੇ ਸੰਯੁਕਤ ਸੌਂਦਰਜ-ਬੋਧ ਵੱਲ ਇਕ ਸੰਪੂਰਨ ਰਚਨਾ ਦੇ ਤੌਰ ਤੇ ਧਿਆਨ ਨਹੀਂ ਸੀ ਦਿੱਤਾ ਗਿਆ। ਇਸ ਸੰਗ੍ਰਹਿ ਵਿੱਚ ਚਿਤਰ ਕਾਵਿ ਨੂੰ ਬਿੰਬਤ ਕਰਦੇ ਹਨ ਤੇ ਕਾਵਿ ਚਿਤਰਾਂ ਨਾਲ ਬਿੰਬ ਤੇ ਸੰਵਾਦ ਦੇ ਰਿਸ਼ਤੇ ਵਿੱਚ ਪੈ, ਪਰ ਖੂਬੀ ਇਹ ਹੈ ਕਿ ਇਸ ਸੰਵਾਦ ਦੇ ਨਾਲ ਨਾਲ ਦੋਵੇਂ ਇਕ ਦੂਜੇ ਤੋਂ ਸੁਤੰਤਰ ਵੀ ਵਿਚਰਦੇ ਹਨ, ਦੋਨਾਂ ਨੂੰ ਉਨ੍ਹਾਂ ਦੇ ਆਪਣੇ ਰੂਪ ਦੀ ਹੋਂਦ ਦੇ ਤੌਰ ਤੇ ਵੀ ਪੜ੍ਹਿਆ-ਦੇਖਿਆ ਜਾ ਸਕਦਾ ਹੈ। ਇਸ ਪ੍ਰਕ੍ਰਿਆ ਵਿੱਚ ਜਦੋਂ ਅਸੀਂ ਦਵਿੰਦਰ ਦੀ ਕਵਿਤਾ ਪੜ੍ਹਦੇ ਹਾਂ ਤਾਂ ਇਹ ਕੇਵਲ ਬਿੰਬਾਂ ਦੀ ਸਿਰਜਨਾ ਤੱਕ ਸੀਮਤ ਨਹੀਂ ਰਹਿੰਦੀ। ਸਗੋਂ ਬੌਧਿਕ ਤੇ ਵਿਚਾਰਧਾਰਕ ਰੂਪ ਵਿੱਚ ਪ੍ਰਗਟ ਹੁੰਦੀ ਹੈ। ਇਕ ਚੇਤੰਨ ਔਰਤ ਘਰ, ਸਮਾਜਕ-ਰਿਸ਼ਤਿਆਂ, ਜ਼ਿੰਦਗੀ ਦੇ ਹੋਰ ਮਸਲਿਆਂ, ਬਾਰੇ ਪਰਿਭਾਸ਼ਤ ਤੇ ਸਥਾਪਤ ਅਰਥਾਂ ਉੱਤੇ ਸੁਆਲ ਕਰ ਰਹੀ ਹੈ। ਜੋ ਗੁਲਾਮੀ ਵਾਂਗ ਪ੍ਰਾਪਤ ਹੁੰਦਾ ਹੈ, ਉਸ ਨੂੰ ਉਹ ਉਵੇਂ ਸਵੀਕਾਰ ਨਹੀਂ ਕਰ ਸਕਦੀ। ਉਸਦੀ ਕਵਿਤਾ ਵਿੱਚ ਇਕ ਵਿਦਰੋਹ ਤੇ ਸੁਤੰਤਰਤਾ ਦੀ ਵਿਚਾਰਧਾਰਕ-ਚੇਤਨਾ ਹੈ, ਇਸੇ ਲਈ ਉਸਦੀ ਕਵਿਤਾ ਤਨਾਉ ਨੂੰ ਪ੍ਰਗਟਾਉਂਦੀ ਵੀ। ਕੇਵਲ ਤਨਾਉ ਉੱਤੇ ਖਤਮ ਨਹੀਂ ਹੋ ਜਾਂਦੀ।

ਇਸਦੇ ਨਾਲ ਹੀ ਉਸਦੀ ਕਵਿਤਾ ਦੀਆਂ ਦੋ ਹੋਰ ਗੱਲਾਂ ਧਿਆਨ ਖਿਚਦੀਆਂ ਹਨ। ਉਹ ਆਪਣੀ ਕਵਿਤਾ ਵਿੱਚ ਕੁਝ ਹੀ ਬਿੰਬਾਂ ਜਾਂ ਵਿਚਾਰਾਂ ਤੱਕ ਸੀਮਤ ਨਹੀਂ ਰਹਿੰਦੀ।

ਇਸ ਲਈ ਕੁਝ ਹੀ ਕਵਿਤਾਵਾਂ ਨੂੰ ਉਹ ਕਈ ਹੋਰ ਕਵੀਆਂ ਵਾਂਗ ਦੁਹਰਾਉਂਦੀ ਨਜ਼ਰ ਨਹੀਂ ਆਉਂਦੀ। ਸਗੋਂ ਬਿੰਬਾਂ ਤੇ ਵਿਚਾਰਾਂ ਦੀ ਭਿੰਨਤਾ ਤੇ ਫੈਲਾਅ ਨੂੰ ਪੇਸ਼ ਕਰਦੀ ਹੈ। ਉਸਦੀ ਕਵਿਤਾ ਆਪਣੇ ਅੰਤਰੀਵ ਦੀ ਗੱਲ ਕਰਦੀ ਹੈ। ਪਰ ਸੁੰਗੜਦੀ ਨਹੀਂ, ਸਗੋਂ ਬਾਹਰ ਵੱਲ ਵਿਸਤ੍ਰਿਤ ਹੁੰਦੀ ਹੈ।

ਦੂਜੀ ਗੱਲ ਹੈ ਇਨ੍ਹਾਂ ਕਵਿਤਾਵਾਂ ਦੀ ਕਾਵਿ-ਭਾਸ਼ਾ, ਜਿਸ ਵਿੱਚ ਕਲਾ-ਚੇਤਨਾ ਦੇ ਨੇੜੇ ਹੁੰਦਿਆਂ ਸ਼ੋਰੀਲਾ ਨਹੀਂ ਹੋਇਆ ਗਿਆ। ਸਗੋਂ ਸੂਖਮਤਾ ਤੇ ਸੁਹਜ ਵੱਲ ਰੁਚਿਤ ਰਹਿਣ ਦਾ ਵੱਧ ਤੋਂ ਵੱਧ ਯਤਨ ਕੀਤਾ ਗਿਆ ਹੈ। ਕਈ ਥਾਂ ਕਵਿਤਾ ਸ਼ਬਦਾਂ ਦੇ ਬੋਲ ਦੇ ਨਾਲ ਨਾਲ ਇਸੇ ਲਈ ਚੁੱਪ ਦੇ ਸੰਕੇਤਾਂ ਵੱਲ ਰੁਚਿਤ ਹੋ ਜਾਂਦੀ ਹੈ। ਅਜਿਹੀ ਪ੍ਰਕਿਰਿਆ ਉਸ ਕਵਿਤਾ ਵਿੱਚ ਸੰਭਵ ਹੁੰਦੀ ਹੈ ਜਿਸ ਵਿੱਚ ਕਲਾ ਦੀ ਚੇਤਨਾ, ਅਵਚੇਤਨ ਬਣ ਗਈ ਹੋਵੇ।

ਇਉਂ 'ਮੇਰੀਆਂ ਝਾਂਜਰਾਂ ਦੀ ਛਨਛਨ' ਦੀ ਵਿਲੱਖਣਤਾ ਕੇਵਲ ਕੈਨੇਡਾ ਦੀ ਪੰਜਾਬੀ ਕਵਿਤਾ ਵਿੱਚ ਹੀ ਇੱਕ ਨਿਵੇਕਲਾ ਬਿੰਬ ਸਥਾਪਤ ਨਹੀਂ ਕਰਦੀ, ਸਗੋਂ ਸਮੁੱਚੇ ਸਮਕਾਲੀ ਪੰਜਾਬੀ ਕਾਵਿ ਇੱਕ ਨਵੀਂ ਕਿਸਮ ਦਾ ਤਜਰਬਾ ਹੈ, ਜਿਸਦੀ ਯੋਗਤਾ ਤੇ ਇੱਕ ਨਵੀਨ ਦਿੱਖ ਕਾਰਨ ਵੀ ਪੰਜਾਬੀ ਪਾਠਕ ਇਸਦਾ ਸਵਾਗਤ ਕਰਨਗੇ। ਅਜਿਹੀ ਸਿਰਜਨਾ ਕਿਸੇ ਵੀ ਭਾਸ਼ਾ ਵਿੱਚ ਕਾਵਿ-ਰੂਪਾਕਾਰ ਨੂੰ ਹੋਰ ਵਿਸਥਾਰ ਦਿੰਦੀ ਹੈ।

-ਸੁਤਿੰਦਰ ਸਿੰਘ ਨੂਰ

www.ingramcontent.com/pod-product-compliance
Lightning Source LLC
LaVergne TN
LVHW050910200726
843508LV00011B/2172